D1771074

# பிக்சல்

சி.ஜெ.ராஜ்குமார்

டிஸ்கவரி பப்ளிகேஷன்ஸ்
எண்: 9, பிளாட் எண்: 1080A, ரோஹிணி பிளாட்ஸ்
முனுசாமி சாலை, கே.கே.நகர் மேற்கு,
சென்னை - 600 078. பேச: 99404 46650

# பிக்சல்
ஆசிரியர்: சி.ஜெ.ராஜ்குமார்©

**PIXEL**
Author: **C.J.RAJKUMAR**©

Printed: Ramani Print Solutions, Chennai -5.
1st Edition: Nov - 2013, 5th Edition: Dec - 2021
வெளியீட்டு எண்: 0058   ISBN: 978-81-92562-75-9
Pages: 176

**Rs. 260**

Design & Photos: **Kalaikuviyal**

*Publisher • Sales Rights*

| Discovery Publications | Discovery Book Palace (P) Ltd |
|---|---|
| No. 9, Plot,1080A, | No. 6, Mahaveer Complex, |
| Rohini Flats, | Munusamy Salai, |
| Munusamy Salai, | K.K.Nagar West, |
| K.K.Nagar West, | Chennai-600 078. |
| Chennai - 600 078. | Ph: (044) 4855 7525 |
| Mobile: +91 99404 46650 | Mobile: +91 87545 07070 |

discoverybookpalace@gmail.com
WWW.DISCOVERYBOOKPALACE.COM

இந்த நூலில் பிரசுரமாகியுள்ள எந்த ஒரு பகுதியையும் பதிப்பாளரின் எழுத்துபூர்வமான முன்அனுமதி பெறாமல் எடுத்தாள்வதோ, மறுபிரசுரம் செய்வதோ, மொழியாக்கம் செய்வதோ, அச்சு மற்றும் மின்னணு ஊடகங்களில் மறுபதிப்புச் செய்வதோ, காப்புரிமைச் சட்டப்படி தடை செய்யப்பட்டுள்ளது. இந்த நூலிலிருந்து குறிப்பிட்ட பகுதிகளை மேற்கோள்காட்டி புத்தக விமர்சனம் செய்ய, ஊடகங்களுக்கு மட்டும் அனுமதி உண்டு.

உங்கள் மொபைல் போனிலிருந்து ஸ்கேன் செய்து 'டிஸ்கவரி புக் பேலஸ்' மொபைல் ஆப்பை டவுன்லோடு செய்து, புத்தகங்களை வாங்குங்கள்.

என் மனைவி ராஜிக்கு . . .

# நன்றி

கலைக்குவியல்

SICA

திருநாவுக்கரசு (faam)

கே.வி.மணி (ஒளிப்பதிவாளர்)

அருண் (தமிழ் ஸ்டுடியோ)

மாமல்லன் (எழுத்தாளர், இயக்குநர்)

நிகில் முருகன் (பி.ஆர்.ஓ)

பிரசாத் சோமசேகர் (கலரிஸ்ட்)

பாலசுப்ரமணியம் (டி.ஐ. எடிட்டர்)

தினகர் (பி.எக்ஸ்.டி.)

விஜய் (எடிட்டர்)

புதியவன் (இயக்குநர்)

நட்டி குமார் (இயக்குநர்)

எஸ்.எல்.பாலாஜி (நடன இயக்குநர்)

ரமேஷ் ரங்கசாமி (இயக்குநர்)

ராஜ் கஜேந்திரா (தயாரிப்பாளர்)

தமன் குமார் (நடிகர்)

மீனாட்சி சுந்தரம் (பத்திரிகையாளர்)

பிரசாத் ஃபிலிம் லேபரட்டரீஸ்.

# முன்னுரை

தற்போது டிஜிட்டல் தொழில்நுட்பம் திரைப்படத்துறையில், குறிப்பாக தென்னிந்திய சினிமா தயாரிப்பில் அசுர வேகத்தில் பரவி மாபெரும் மாறுதல்களை ஏற்படுத்திக் கொண்டிருக்கிறது. சி.ஜெ.ராஜ்குமாரின் டிஜிட்டல் ஒளிப்பதிவு நூலான "பிக்சல்" வெளியிடப்படுவதற்கு இதைவிட சிறந்த தருணம் வேறு எதுவும் இருக்க வாய்ப்பில்லை என்றே கருதுகிறேன்.

கிட்டத்தட்ட ஒன்றறை நூற்றாண்டுகளாக பிம்ப தொழில்நுட்பத்தில் (Imaging technology) தலைசிறந்து விளங்கிய/விளங்கும் ஃபிலிம் டெக்னாலஜி (Film technology) மூலம் உருவாக்கப்பட்ட பிம்பத்தின் தரம்தான் (Image quality) பிம்ப தரத்தின் பென்ச் மார்க் (Bench mark in quality) என்று உலகில் எல்லோராலும் ஒருமனதாக ஏற்றுக்கொள்ளப்பட்டிருக்கிறது. ஏன் டிஜிட்டல் தொழில்நுட்ப வல்லுநர்கள் கூட இதை ஏற்றுக்கொண்டு ஃபிலிமின் தரத்தை எட்ட முயன்று கொண்டிருக்கிறார்கள் என்பது ஒருபுறமிருக்க வேறு பல அம்சங்களில் டிஜிட்டல் டெக்னாலஜி மேலோங்கி நிற்கிறது.

நமது கற்பனையில் தோன்றும் காட்சிகளை எளிதாகவும் சிக்கனமாகவும் திறமையாகவும் (Efficient & affordable) குறுகிய காலகட்டத்திற்குள் முடிப்பதற்கு ஏதுவாகவும் இந்த மீடியம் உள்ளது.

நல்ல ஐடியாக்களும் ஆர்வமும் உள்ள எவரும் சிறு முயற்சியின் மூலம் தம் கற்பனைக்கு உருக்கொடுக்க முடியும் என்ற தன்னம்பிக்கையை இந்த டிஜிட்டல் தொழில்நுட்பம் அளித்துள்ளது. அதாவது ஃபிலிம் மேக்கிங்கை ஜனநாயகப்படுத்தியுள்ளது என்றால் அது மிகையாகாது.

எனவே டிஜிட்டல் தொழில்நுட்பம்தான் இனி எதிர்காலம் என்பதில் எவ்வித சந்தேகமுமில்லை. தமிழில் டிஜிட்டல் தொழில்நுட்ப புத்தகம் இல்லாத குறையை ராஜ்குமாரின் இரண்டாவது புத்தகமான இந்த "பிக்சல்" தீர்த்து வைக்கிறது.

திரைப்பட துறையில் நுழைய ஆர்வமுள்ளவர்கள், தற்போது திரைப்பட துறையில் பணிபிரியும் லைட்மென், கேமரா அட்டெண்டண்ட், அஸிஸ்டண்ட் கேமராமேன், விஸ்காம் மாணவர்கள் மற்றும் புதிய தொழில்நுட்பத்துக்கான தன்னுடைய அடிப்படை அறிவை (Fundamentals/ basics) வளர்த்துக்கொண்டு மேலும் தன்னம்பிக்கையோடு செயல்பட நினைக்கும் கேமராமேன்களுக்கும் இப்புத்தகம் மிகவும் உதவும்.

டிஜிட்டலில் ஒளிப்பதிவு செய்தல், அதற்கேற்ப ஒளியமைக்கும் தன்மை, அந்த ஒளியை எவ்வாறு மாற்றுவது, கட்டுப்படுத்துவது, கேமிரா எவ்வாறு செயல்படுகிறது, அதன் பின்னணியில் உள்ள விஞ்ஞானம் மற்ற தொழில்நுட்பம் என்ன, டிஜிட்டல் பட தகவல்களை (Digital data) எப்படி பாதுகாப்பாக கையாளுவது (Data management), போஸ்ட் புரொடக்ஷன்

தளங்களில் என்னென்ன வேலைகள் எப்படியெப்படி நடக்கின்றன (Complete digital post production workflow), நாம் இறுதியாக திரையரங்கில் காணும் டிஜிட்டல் பிரதிகள் எவ்வாறு தயாரிக்கப்படுகிறது என்பன போன்ற முக்கியமான முழுமையான தகவல்களை மிகத்தெளிவாக எந்தவித சந்தேகங்களுக்கும் இடமளிக்காமல் தேவையான வரைபடங்களுடனும் புகைப்படங்களுடனும் விளக்கியிருக்கிறார்.

கேமிராக்களை பற்றி மட்டுமல்லாமல் அதிலுள்ள பொத்தான்களையும் கட்டுப்பாட்டு கருவிகளையும் (Menu & Controls) எப்படி உபயோகப்படுத்துவது என்பதையும் விரிவாக விளக்குகிறார்.

இதில் அளிக்கப்பட்டுள்ள தகவல்கள் தொழில்நுட்ப ரீதியில் மிகவும் துல்லியமாகவும் எந்தவிதமான பிழையின்றியும் இருப்பது இந்நூலின் சிறப்பம்சம்.

டிஜிட்டல் ஃபிலிம் மேக்கிங்கில் பயன்படுத்தப்படும் hardware சாதனங்கள் பற்றி மட்டுமில்லாமல் மென்பொருள் சாதனங்கள் (Software) பற்றியும் விளக்கியுள்ளார். தவிர, தொழில்நுட்ப பதங்கள் (Technical terminologies/jargons) தேவைப்பட்ட இடங்களில் மட்டுமே அழகாக தமிழாக்கம் செய்யப்பட்டிருக்கிறது. மற்ற இடங்களில் புழக்கத்தில் உள்ள அனைவரும் புரிந்து கொள்ளக்கூடிய ஆங்கில சொற்களை அப்படியே பயன்படுத்தியிருப்பது நல்ல யுக்தி. ராஜ்குமார் பல சிறந்த திரைப்படங்களுக்கும், குறும்படங்களுக்கும் ஒளிப்பதிவாளராக பணியாற்றியவர். தற்போதைய டிஜிட்டல் சூழலில் இயங்கிக்கொண்டிருக்கும் ஒளிப்பதிவாளர்களில் (Industry's working professional) மிகவும் முக்கியமானவர் என்பதால் இத்தகைய தகுதிமிக்க புத்தகத்தை அளிப்பது அவருக்கு சாத்தியப்பட்டிருக்கிறது. ராஜ்குமாருக்கும் அவரது எழுத்துப் பணிக்கு உறுதுணையாக இருக்கும் அவர் மனைவி ராஜராஜேஸ்வரிக்கும் என்னுடைய மனமார்ந்த வாழ்த்துக்கள்.

இந்நூல் இவரது "அசையும் படம்" புத்தகத்தை விட பலமடங்கு அதிக அளவிலான வாசகர்களை சென்றடைந்து அவர்கள் பயன்பெற வேண்டும். அது தமிழ் சினிமாவின் தரம் மேலும் உயர தூண்டுகோலாக அமையவேண்டும் என்ற எண்ணமே இப்போது என் மனதில் மேலோங்கி நிற்கிறது.

S. சிவராமன் B.Sc.,D.F.Tech.,
General Manager (Operations),
Prasad Film Laboratories,
Chennai.

# பதிப்புரை

வேகமாக வளர்ந்துவரும் நம் காலத்து விஞ்ஞான உலகில், ஒரு செல்போன் கேமராவில் கூட படம் எடுத்து திரையில் காட்டிவிடலாம் என்ற நிலை வந்துவிட்டது. இவ்வேளையில், சிறிது, பெரிது என்ற வித்தியாசமில்லாமல் டிஜிட்டல் கேமரா என்ற வார்த்தைக்குள் அடங்கும் அத்தனை வகையான கேமராக்களையும் அதன் தொழில்நுட்பத்தோடு அலசுகிறது இப்புத்தகம். 2014ல் தான் இந்தியாவுக்குள் நுழைய இருக்கும் சினிமா க்ளவுட் கம்ப்யூட்டிங் போன்ற அரிதான கண்டுபிடிப்புகளையும் எதிர்காலத்திற்கான தொலைநோக்கோடு வசப்படுத்தியிருக்கிறார் ஒளிப்பதிவாளர் திரு.சி.ஜெ.ராஜ்குமார் அவர்கள்.

டிஸ்கவரி புக் பேலஸ் மீது அவர் வைத்துள்ள நம்பிக்கைக்கு என்றும் கடமைப்பட்டுள்ளோம். இனி இந்த புத்தகத்தையும் கேமராவையும் இரண்டு கைகளிலும் வைத்துக்கொண்டு களத்தில் இறங்கிவிடலாம் என்ற அந்த நம்பிக்கையை ஒவ்வொரு பக்கமும் உறுதி செய்கிறது!

தமிழில் தொழில்நுட்பம் சார்ந்த புத்தகங்கள் அதிகம் இல்லையே என்று அக்கறைபட்டுக் கொள்பவர்கள் கொண்டாட வேண்டிய தருணம் இது.

மு.வேடியப்பன்
பதிப்பாளர்

## என்னுரை

சினிமா என்பது அறிவியல் முன்னேற்றத்தால் உருவாக்கப்பட்ட ஒரு உன்னத கலை வடிவம்.

கருப்பு வெள்ளை மௌனப்படங்கள் பிறகு பேசும் படங்களாயின. பின்னர் சினிமா வண்ணப்படங்களாக மாறிய காலகட்டம் மிகவும் முக்கியமானது. இந்த பரிணாம வளர்ச்சிக்கு எண்ணற்ற தொழில்நுட்பங்கள் தேவைப்பட்டன. ஒவ்வொரு காலகட்டத்திலும் சினிமா உருமாற்றம் கொள்கிறது. இந்திய சினிமா தனது மகத்தான நூற்றாண்டை கொண்டாடும் இவ்வேளையிலும் அப்படி ஒரு பெரிய மாற்றத்திற்கு சினிமா மீண்டும் ஆட்பட்டுள்ளது.

இதுவரை ஃபிலிம் மூலம் ஒளிப்பதிவு செய்யப்பட்டு வந்த சினிமா தற்போது வெகுவேகமாக டிஜிட்டலுக்கு மாறி வருகிறது. இன்றைய நவீன தொழில்நுட்ப யுகத்தில் ஏறத்தாழ ஒவ்வொரு மாதமும் ஒரு புதிய காமிரா தொழில்நுட்பம் அறிமுகமாகிக்கொண்டே இருக்கிறது.

செல்ஃபோன்களைப் போல புதுப்புது ரகங்களில் சினிமா காமிராக்கள் சந்தைக்கு வந்த வண்ணம் உள்ளன. அவை சிறிய, பெரிய, கைக்கு அடக்கமான, மிகச்சிறிய என்று அளவிலும் திறனிலும் நம் கற்பனைக்கெட்டாதவாறு தொழில்நுட்பங்களை தேர்ந்தெடுக்கும் விருப்பத்தை கொண்டு வருகின்றன.

டிஜிட்டலில் ஒளிப்பதிவு செய்யும் முறை மட்டுமல்லாமல் படத்தொகுப்பு மற்றும் திரையரங்குகளில் திரையிடும் முறையும் முற்றிலும் டிஜிட்டல் மயமாகிவிட்டது. எனவே ஒரு திரைப்பட உருவாக்கம் என்பது இப்போது பல புதிய தொழில்நுட்பங்களின் அடிப்படையில் இயங்குகிறது.

என் முந்தைய "அசையும் படம்" நூலுக்கு பரவலான வரவேற்பு கிடைத்தது உங்களுக்கு தெரிந்திருக்கலாம். பல தொலைபேசி அழைப்புகள் மற்றும் மின்னஞ்சல்கள் மூலம் திரைப்பட மாணவர்களும், திரைத்துறையை சார்ந்தவர்களும் டிஜிட்டல் ஒளிப்பதிவு பற்றியும் நான் எழுதவேண்டும் என்று தொடர்ந்து வலியுறுத்தினர்.

சில வருடங்களாகவே டிஜிட்டல் தொழில்நுட்பத்தின் அசுர வளர்ச்சியை மிகவும் உன்னிப்பாக கவனித்து வந்திருக்கிறேன். கடந்த ஐந்தாண்டுகளாக நான் டிஜிட்டலில் மட்டுமே ஒளிப்பதிவு செய்திருக்கிறேன். பல காமிராக்களை நானே படப்பிடிப்பில் உபயோகித்து அதன் சாதக பாதக அம்சங்களை அறிந்துகொண்டேன். இன்னும் சில காமிராக்களின் சோதனை காட்சி வடிவங்களையும் (Test footage) சரிபார்த்த பிறகே இப்புத்தகத்தை எழுத முற்பட்டேன்.

டிஜிட்டல் ஒளிப்பதிவின் அடிப்படையில் தொடங்கி திரையிடும் முறை வரை படிப்படியாக சினிமாவின் செயல்பாடுகளுக்கேற்ப எழுதப்பட்டுள்ள இந்தப் புத்தகத்தின் நோக்கம் மிகச்சிறந்த காமிரா எது என்பதை அடையாளங்காட்டுவதல்ல. மாறாக பல்வேறு டிஜிட்டல் காமிராக்களின் பயன்பாடுகள் மற்றும் டிஜிட்டல் சினிமாவின் பின் தயாரிப்பு (Post-production) பணிகளையும் பற்றி ஆழமாக அலசுவதாகும்.

தன் “கலைக்குவியல்” மூலம் “அசையும் படம்” நூலை வடிவமைத்த என் நண்பரும் ஒளிப்பதிவாளருமான அரவிந்த்குமார், இன்னும் கூடுதல் உற்சாகத்தோடு இந்த புத்தகத்தை வடிவமைக்கும் பொறுப்பையும் ஏற்றுக்கொண்டார். “அசையும் படம்” புத்தகம் வெளிவந்தபோது அதன் தயாரிப்பு நேர்த்திக்காகவே பலரது பாராட்டுக்களை பெற்றது. அவரது நண்பர் ராதா பழனிசாமியின் பங்கு இப்புத்தக உருவாக்கத்தில் முக்கியமானது. இவர்கள் இருவருக்கும் என் நன்றிகள்.

“அசையும் படம்” நூலின் இரண்டாம் பதிப்பை வெளியிட்ட நண்பர் வேடியப்பன் இந்த புத்தகத்தை எழுதிக்கொண்டிருக்கும் போதே இதை தானே பதிப்பிப்பதாக கூறினார். தமிழில் திரை இலக்கிய நூல்கள் அதிகம் வெளிவரவேண்டும் என்று விரும்புபவர். இந்நூலை அவரது டிஸ்கவரி புக் பேலஸ் பதிப்பகம் மூலம் வெளியிடுவதில் மிகுந்த மகிழ்ச்சி அடைகிறேன்.

என் முயற்சிகளுக்கு தொடர்ந்து ஆதரவளித்து வரும் ஒளிப்பதிவாளர் சங்கமான SICAவுக்கும் என் நன்றிகள்.

எத்தனை தொழில்நுட்ப மாற்றங்கள் வந்தாலும் என்னைப் பொறுத்தவரை ஒளிப்பதிவு என்ற இந்தக்கலை வடிவத்திற்கான முழு பொறுப்பும் ஒரு ஒளிப்பதிவாளருடைய கற்பனை மற்றும் ரசனையை சார்ந்தது.

ஒளிப்பதிவு பற்றி மட்டுமல்லாமல் திரைக்கலையை பற்றி அறிந்துகொள்ளும் ஆர்வமுள்ள எல்லோருக்கும் இப்புத்தகம் மிகவும் உதவும் என்று நம்புகிறேன்.

சி.ஜெ.ராஜ்குமார்
ஒளிப்பதிவு இயக்குநர்

கைபேசி : 9025775455
மின்னஞ்சல் : **cj_rajkumar@yahoo.co.in**

## ஒளிப்பதிவு இயக்குநர்

ஒரு கதாசிரியரின் கற்பனையை காட்சிகளாக்கி நம் பார்வைக்கு தருபவரே ஒளிப்பதிவாளர். ஒளியால் ஓவியம் தீட்டுபவர் என்றும் சொல்லலாம். காமிரா தொடர்பான அனைத்து தொழில்நுட்ப திறமைகளும் பெற்றவர் என்பதாலும், காமிரா இயக்கம், காம்போசிஷன் முதலியவற்றில் நல்ல தேர்ச்சி பெற்றவர் என்பதாலும் படப்பிடிப்பின்போது தேவைப்படும் தொழில்நுட்ப உதவிக்கு இவரை நாடுவார்கள்.

காமிராவை தன் கற்பனைக்கேற்ப உபயோகிக்கவும், ஒரு காட்சியில் ஒளியமைப்பைத் தீர்மானிக்கும் முழு அதிகாரமும் ஒளிப்பதிவாளருக்கு உண்டு. காமிரா ஆபரேட்டர்கள், உதவி ஒளிப்பதிவாளர்கள், க்ரிப்ஸ் ஆபரேட் செய்பவர்கள், லைட்மென் ஆகியோர் அடங்கிய குழுவின் மேற்பார்வையையும் ஒளிப்பதிவாளர் செய்வார்.

ஒரு காட்சிக்கான ஒளியமைப்பையும் காமிரா கோணங்களையும் இயக்குநருடன் இணைந்தே ஒளிப்பதிவாளர் தீர்மானிப்பார். ஒளிப்பதிவு என்பது காமிரா வழியாக பார்ப்பதும் படம்பிடிப்பதும் மட்டுமே அல்ல. தெளிவான கூர்மையான பார்வையும், சிருஷ்டிக்கும் கற்பனாசக்தியும் தேவை. வேதியியல் மற்றும் பௌதீக பரிச்சயம், கணினி மற்றும் ஒளிப்பதிவு சார்ந்த மென்பொருள் செயல்பாடுகளை பற்றிய அறிவு, நுட்பமான உணர்வுகளை அறிந்துகொள்ளும் சக்தியும், நுணுக்கமான விவரங்களை கவனிக்கும் திறனும் தேவை.

ஒரு திறமையான குழுவுக்கு தலைமை தாங்கவும் வழிநடத்தவும் அக்குழுவினரின் யோசனைகளையும் தேவையான விமர்சனங்களையும் ஏற்று நடக்கும் பக்குவமும் ஒளிப்பதிவாளருக்கு தேவை.

ஒரு திரைப்படத்தில் ஒளிப்பதிவாளர் என்பவர் செல்வாக்குள்ள, அதிகாரமுள்ள அங்கமாவார். திரைப்படத்தின் முக்கியமான அம்சம் திரைக்கதை. இதில் ஒளிப்பதிவாளரின் பங்கு என்பது அத்திரைக்கதைக்கான நம்பகத்தன்மையை இயக்குநரின் பார்வையில் உருவாக்குவதேயாகும்.

# பிக்சல்

## டிஜிட்டல் ஒளிப்பதிவு நூல்

### பொருளடக்கம்

1. சினிமா ஒளிப்பதிவின் சரித்திர மணித்துளிகள் - 13
2. டிஜிட்டல் ஒளிப்பதிவு - அடிப்படை தொழில்நுட்பம் - 24
3. டிஜிட்டல் ஒளிப்பதிவு - படிப்படியான செயல்பாடு - 40
4. டி.எஸ்.எல்.ஆர். காமிராக்கள் - 44
5. கேனான் சினிமா ஈ.ஓ.எஸ். காமிராக்கள் - 61
6. ரெட் - சினிமா காமிராக்கள் - 72
7. ஆரி அலெக்ஸா காமிராக்கள் - 88
8. சோனி சினி ஆல்டா சினிமா காமிராக்கள் - 95
9. பிளாக் மாஜிக் சினிமா காமிராக்கள் - 100
10. ஸ்பெஷல் - சினிமா காமிராக்கள் - 107
11. லென்ஸ் - 111
12. காமிரா உபகரணங்கள் - 127
13. டேட்டா மானேஜ்மெண்ட் - 136
14. திரைப்பட படத்தொகுப்பு - 139
15. டிஜிட்டல் நிறத்தேர்வு - 145
16. டிஜிட்டல் ஃபிலிம் மாஸ்டரிங் - 153
17. 3டி டிஜிட்டல் ஒளிப்பதிவு - 157
18. லென்ஸ் காமிரா - செல்ஃபோன் ஒளிப்பதிவு - 162
19. இந்திய சினிமாவில் டிஜிட்டல் ஒளிப்பதிவு - 165
20. முக்கிய டிஜிட்டல் திரைப்படங்கள் - 169
21. சினிமா க்ளவுட் கம்ப்யூட்டிங் - 173

11

பகுதி - 1

சினிமா ஒளிப்பதிவின் சரித்திர மணித்துளிகள்

## பகுதி - 1

# சினிமா ஒளிப்பதிவின் சரித்திர மணித்துளிகள்

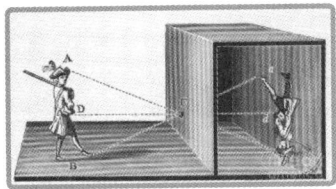

**1670**

"காமிரா அப்ஸ்குரா" (Camera Obscura) என்ற முதல் புகைப்பட காமிராவை ராபர்ட் பாய்லி உருவாக்கினார்.

**1826**

உலகின் முதல் புகைப்படம் எடுத்த பெருமைக்கு உரியவர் நீ.ஃப்ச் (Nie Pce). அந்த புகைப்படத்தின் பெயர் "வ்யூ .ஃப்ரம் தி விண்டோ அட் லீ க்ரேஸ்" (View from the window at Le Gras).

**1829**

டாக்ரே (Dauguerre) புதிய புகைப்பட கண்டுபிடிப்புகளுக்காக நீ.ஃப்ச் (Nie Pce) உடன் இணைகிறார்.

### 1839

ஃபாக்ஸ் தால்போட் (Fox Talbot) அவர்கள் இங்கிலாந்தில் புகைப்படங்களை உருவாக்குகிறார்.

### 1850

1830களில் லண்டனில் பிறந்து, 1850களில் அமெரிக்காவில் புத்தக விற்பன்னராக தன் வாழ்க்கையைத் தொடங்கி, பிறகு போர்க்காட்சிகளை பதிவு செய்யும் புகைப்படக் கலைஞரான "மை பிரிட்ஜ்", 1878ம் ஆண்டு ஒரு கண்காட்சியில் 12 புகைப்படக் காமிராக்களை ஒருங்கிணைத்து அரை நொடிக்கும் குறைவான நேரத்தில் 12 புகைப்படங்களை பதிவு செய்தார்.

**1895**

 லூமியர் சகோதரர்கள் (Lumiere Brothers) முதன்முறையாக சிறிய காமிராவை ஃபிரான்ஸில் அறிமுகப்படுத்தினர்.

வெளிப்புறக்காட்சிக்களான கடற்கரையில் மனிதர்கள், ஓடும் ரயில், நகரத்து தெருக்கள் ஆகியவற்றை "துண்டு" காட்சிகளாக பொதுமக்கள் பார்வைக்கு வைக்கின்றனர்.

**1899**

எட்வின்.எஸ்.போர்டர், தாமஸ் ஆல்வா எடிசனுடன் திரைப்பட கலைஞராக இணைகிறார்.

**1903**

எட்வின்.எஸ்.போர்டர், "தி க்ரேட் ட்ரெயின் ராபரி" (The Great Train Robbery) என்ற படத்தை இயக்கி அதில் பல சாகச காட்சிகளைப் புகுத்துகிறார். மக்களிடம் இத்திரைப்பட நுட்பங்கள் மிகவும் பிரபலமடைகின்றன.

**1903**

ஃபிரான்ஸ் நாட்டில் "பாத்தே" என்பவர் கருப்பு வெள்ளை படங்களுக்கு மெஷின் மூலம் வண்ணம் கொடுக்கிறார்.

**1906**

அனிமேஷன் கார்ட்டூன் படம் தயாரிக்கப்படுகிறது.

**1908**

டி.டபிள்யூ.க்ரி.ஃ.பித் (D.W.Griffith) இயக்கத்தில் உருவாகும் திரைப்படங்களில்அதீத க்ளோசப் காட்சிகள் இடம் பெறுகின்றன.அவரது படத்தொகுப்பு முறை பரபரப்பை உண்டாக்குகிறது.

**1912**

மோட்டார் மூலம் இயக்கப்படும் மூவி காமிராக்கள் பிரபலம் அடைகின்றன.

**1914**

சர் சார்லி சாப்ளின் புகழ் பரவுகிறது.

## 1915

அர்னால்ட் & ரிச்சர் - 35 எம்.எம். காமிராக்களை உருவாக்குகிறார்கள்.

கிரேன் ஷாட் "இண்டாலரன்ஸ்" என்ற திரைப்படத்தில் அறிமுகமாகிறது.

## 1917-20

திரைப்பட தயாரிப்பில் "ஹாலிவுட்" முன்னனி வகிக்கத் துவங்குகிறது.

## 1920-21

வர்த்தக ரேடியோ ஒலிபரப்பு தொடங்குகிறது.

வானொலி மற்றும் மலிவு விலை கார்களின் வரவால் மக்களுக்கு திரைப்படத்தின் மீதான மோகம் குறையத்தொடங்குகிறது.

## 1927

ஹாலிவுட்டில் "அகாடமி ஆ.்.ப் மோஷன் பிக்சர்" (Academy of Motion picture) நிறுவப்படுகிறது.

உலகின் முதல் பேசும் படமான "ஜாஸ் சிங்கர்" (Jazz Singer) மக்களிடம் பெறும் வரவேற்பு பெறுகிறது.

## 1928-29

பேசும் படங்கள் மிகவும் பிரபலமடைவதைக் கருத்தில் கொண்டு ஹாலிவுட் தயாரிப்பாளர்கள் "மவுனப்பட" தயாரிப்பை நிராகரிக்க தொடங்குகிறார்கள்.

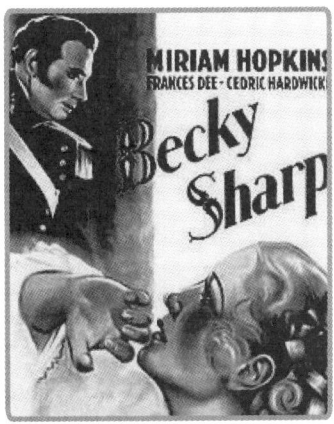

## 1935

மூன்று வண்ணக் கலவை (3 strip technicolor) டெக்னிக்கலர் கொண்ட உலகின் முதல் வண்ணப்படமாக "பெக்கி ஷார்ப்" (Becky Sharp) திரைப்படம் வெளியானது.

## 1939

"கான் வித் விண்ட்" (Gone with wind) திரைப்படம் மிகவும் பிரம்மாண்ட பொருட்செலவில் முதல் "அதிவேக வண்ணப்படமாக" (high speed color film) வெளிவந்தது.

## 1949

முதன்முறையாக "தே லிவ் பை நைட்" திரைப்படத்தில் ஹெலிகாப்டர் ஷாட் அறிமுகமாகிறது.

தொலைக்காட்சி ஆதிக்கம் செலுத்த ஆரம்பிக்கிறது.

திரையரங்குகளில் கூட்டம் குறைய தொடங்குகிறது.

## 1951

1951 வாக்கில் அமெரிக்காவில் மட்டும் 15 லட்சம் தொலைக்காட்சிப் பெட்டிகள் இருந்தன.

## 1952-53

அகன்ற திரை வடிவங்களான சினிமா மற்றும் சினிமாஸ்கோப் மூலம் எடுக்கப்படும் திரைப்படங்களைக் காண மக்கள் மீண்டும் திரையரங்கங்களை நோக்கி படையெடுக்கின்றனர்.

## 1953

முதல் 3டி (3D) படமான "ஹவுஸ் ஆஃப் வேக்ஸ்" வெளியானது.

**1958**

"சௌளத் பசி.ஃ.பிக்" (South Pacific) திரைப்படம் 70 எம்.எம்-ல் படமாக்கப்பட்டு திரையிடப்படுகிறது.

**1969**

இயக்குநர் சேம் பெகின்பா தனது "வைல்ட் பன்ஞ்" (Wild Bunch) படத்தில் ஸ்லோமோஷன் காட்சிகளை அறிமுகப்படுத்துகிறார்.

**1972**

"காட் .ஃ.பாதர்" (God Father) திரைப்படம் வெளிவந்து கதை, நடிப்பு, ஒளிப்பதிவு, கலை, இயக்கம் ஆகிய அனைத்து அம்சங்களிலும் பெரும் தாக்கத்தை உருவாக்கியது.

## 1975

கொடாக் நிறுவனம் தனது முதல் டிஜிட்டல் காமிராவை அறிமுகப்படுத்தியது.

அதை வடிவமைத்தவர் ஸ்டீவ் சாசன் (Steve Sasson) ஆவார்.

## 1976

“டால்பி” சவுண்ட் அறிமுகமாகிறது.

## 1988

சோனி நிறுவனம் “எலக்ட்ரானிக் ஒளிப்பதிவு” என்று விளம்பரம் செய்தது. பிறகு “ஜூலியா & ஜூலியா” என்ற திரைப்படம் டிஜிட்டலில் உருவானது.

## 1999

ஜார்ஜ் லூகாஸ் ஹெச்.டி. டிஜிட்டல் காமிராக்களை வைத்து “ஸ்டார் வார்ஸ் - ஃபேன்தாம் மேனான்ஸ்” (Star Wars - Phantom Menance) என்ற படத்தை உருவாக்கி வெற்றி அடைந்தார்.

## 2002

சோனியின் ஹெச்.டி.டபிள்யூ. - எ.ஃப். 900 (HDW- F900) டிஜிட்டல் காமிரா நொடிக்கு 24 ஃபிரேம்கள் பதிவு செய்யும் தன்மை கொண்டது. இக்காமிராவால் ஒரே ஷாட்டில் (90 நிமிடங்கள்) படமாக்கப்பட்ட திரைப்படமான “ரஷ்யன் ஆர்க்” (Russian Ark) மாபெரும் சாதனை புரிந்தது.

## 2007

ரெட் - 4கே (Red-4k) காமிரா வெளிவந்து டிஜிட்டல் ஒளிப்பதிவில் தனி முத்திரை பதித்தது.

## 2009

"ஸ்லம் டாக் மில்லியனர்" திரைப்படம் சிறந்த ஒளிப்பதிவிற்கான ஆஸ்கர் விருது பெற்ற முதல் டிஜிட்டல் திரைப்படம்.

## 2010

5டி மார்க் II ஸ்டில் காமிரா மூலம் உயர்தரமான விடியோ காட்சிகளை பதிவு செய்யும் முறை பிரபலமாக தொடங்கியது.

## 2010

ஆரி நிறுவனம் தன்னுடைய டிஜிட்டல் சினிமா காமிராக்களான டி-20, டி-21ஐ தொடர்ந்து ஆரி அலெக்ஸா (Arri Alexa) காமிராவை அறிமுகப்படுத்துகிறது.

## 2012

சோனி நிறுவனம் எ.்.ப். 65 (F-65) என்ற அதி நவீன டிஜிட்டல் சினிமா காமிராவை அறிமுகப்படுத்துகிறது.

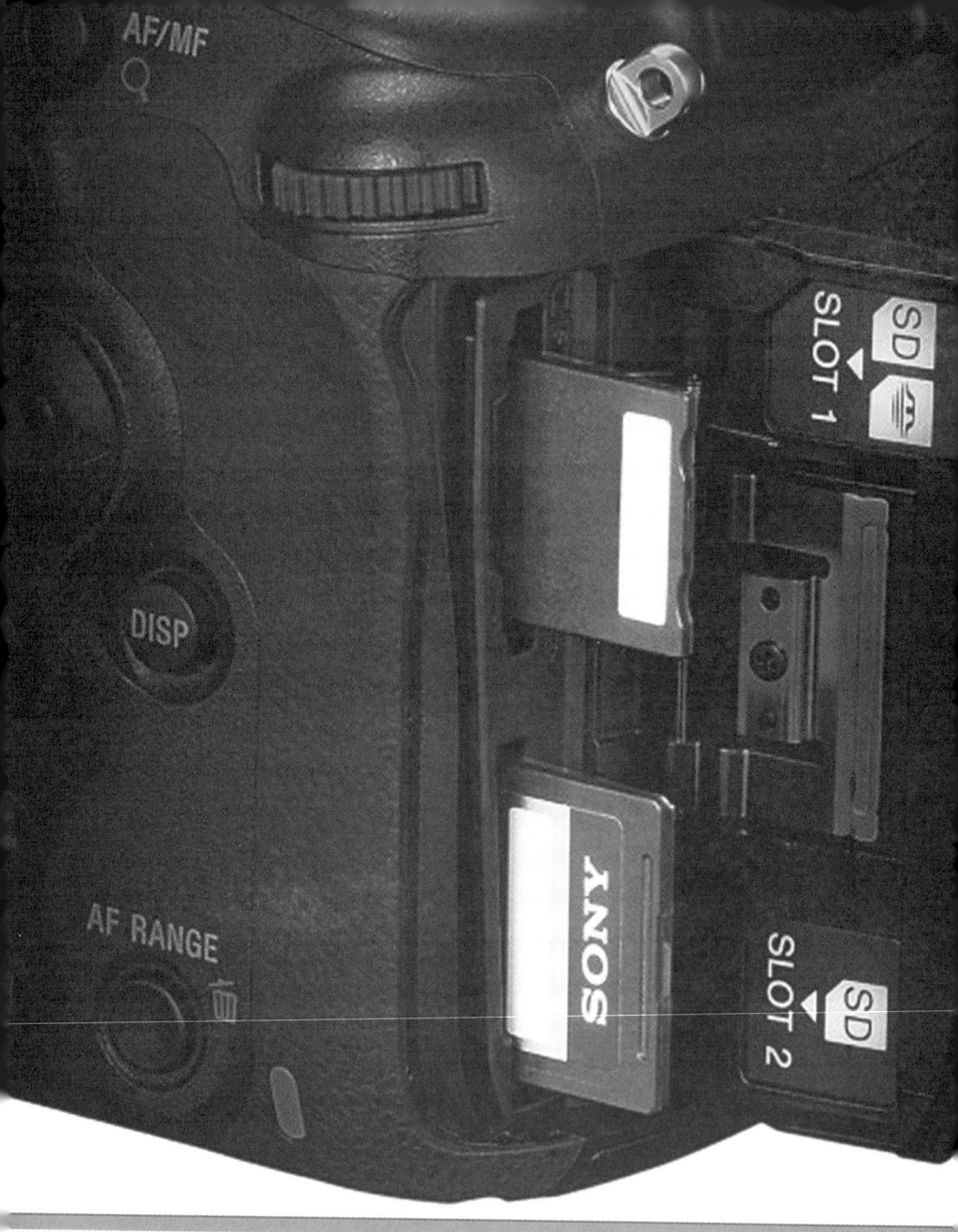

பகுதி - 2

டிஜிட்டல் ஒளிப்பதிவு - அடிப்படை தொழில்நுட்பம்

பகுதி - 2

டிஜிட்டல் ஒளிப்பதிவு - அடிப்படை தொழில்நுட்பம்

## Digital Cinematography - Beginning

அசையும் காட்சிகளை எலக்ட்ரானிக் முறையில் ஒளிப்பதிவு செய்வது "விடியோகிரா∴பி" என்று அழைக்கப்படுகிறது.

விடியோ காமிராவில் ∴பிலிமிற்கு பதிலாக விடியோ டேப் மூலம் ஒளிப்பதிவு செய்யும் முறை ஆரம்பத்தில் "எலக்ட்ரானிக்ஒளிப்பதிவு" என்று விளம்பரப்படுத்தப்பட்டது. அதன் வளர்ச்சியாக இன்று "டிஜிட்டல் ஒளிப்பதிவு", உலகம் முழுவதும் திரைப்பட ஒளிப்பதிவின் முக்கிய தொழில்நுட்ப சாதனையாகக் கருதப்படுகிறது.

டிஜிட்டல் காமிராக்களில் ∴பிலிமிற்கு பதிலாக "சென்சார்"இதயப்பகுதியாக விளங்குகிறது. அதன் செயல்பாட்டை வைத்தே இக்காமிராக்களின் தரத்தை அறியலாம்.

∴பிலிம் காமிராக்களில் ஒளியானது ∴பிலிமில் படும்போது இரசாயன மாற்றத்தை ஏற்படுத்துகிறது. டிஜிட்டல் ஒளிப்பதிவு முறையில் ஒளியானது காமிராவில் உள்ள சென்சார் மீது பட்டு மின்சக்தியாக மாற்றம் பெறுகிறது.

சென்சார்கள் இரு வகையாக பிரிக்கப்படுகிறது:

சி.சி.டி. C.C.D
சி.மோஸ். C.mos

சென்சாரில் ஒளியால் உருவாகும் மின் சக்தியானது பிக்சல்களாக மாற்றம் பெற்று டிஜிட்டல் செய்தியாக காமிராவில் உள்ள "மெமரி கார்டில்" ஒளிக்காட்சிகளாக பதிவு செய்யப்படுகிறது.இப்படி பதிவு செய்யப்பட்ட

காட்சிகள், டிஜிட்டல் ஃபைல்களின் (Digital File) தரக்கோட்பாடு ஆகியன அந்தந்த காமிராவின் சென்சார் மற்றும் உருவாக்கத்தின் அடிப்படையில் தீர்மானிக்கப்படுகிறது.

டிஜிட்டல் காமிராவானது “ஒளி” மட்டுமல்லாமல் “ஒலி” யையும் சேர்த்தே காமிராவினுள் பதிவு செய்கிறது. காமிராவில் உள்கட்டமைப்பு செய்யப்பட்டுள்ள ஒலிவாங்கி (Microphone) மூலமாக காட்சியின் ஒலி பதிவுசெய்யப்படுகிறது.

டிஜிட்டல் ஒளிப்பதிவின் மிகப்பெரிய சாதகமான அம்சம் என்னவென்றால் பதிவு செய்த காட்சியை உடனடியாக காமிராவில் இருக்கும் ஸ்கிரீனில் பார்த்துவிடலாம். காட்சி தேவையில்லை எனில் அதை உடனடியாக நீக்கவும் செய்யலாம்.

ஃபிலிம் காமிராவில் ஒளியானது காமிரா லென்ஸ் மூலமாக பயணம் செய்து ஃபிலிமில் பதிவு செய்யப்படுகிறது. டிஜிட்டல் காமிராவில் லென்ஸ் வழியாக வரும் ஒளி “சென்சார்” மூலமாக காமிராவில் உள்ள ”மெமரி கார்டில்” பதிவு செய்யப்படுகிறது.

டிஜிட்டல் ஒளிப்பதிவு செய்ய உதவும் சென்சார் மற்றும் மெமரி கார்டில் பல வகைகள் உள்ளன.

சென்சார் அளவு - பதிவு செய்யப்படும் காட்சியின் செயல்திறனை கட்டுப்படுத்துகிறது. அதுவே காமிராவின் செயல்பாட்டையும் தரத்தையும் நிர்ணயிக்கிறது.

இன்றளவில் மூன்று முக்கிய அளவுகோள்களில் “சென்சார்கள்”பயன்படுத்தப்படுகின்றன. அதற்கேற்ப காமிரா வடிவங்களும், லென்ஸ்களும் மாறுபடுகின்றன.

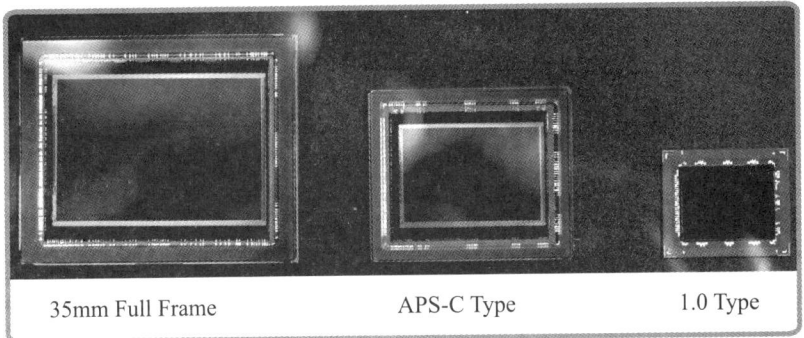

35mm Full Frame      APS-C Type      1.0 Type

மைக்ரோ 4/3 (Micro four thirds), ஏ.பி.எஸ்- சி (APS-C), ∴புல் ∴பிரேம் (full frame) சென்சார்கள்.

மைக்ரோ 4/3 சென்சார் (Micro four thirds): 14 எம்.எம். நீளமும் 18 எம்.எம் அகலமும் அளவு. இவ்வகை சென்சார் பல பிளாக் மேஜிக் பாக்கெட் காமிரா உட்பட பல சின்ன காமிராக்களில் பயன்படுத்தப்படுகிறது.

ஏ.பி.எஸ்- சி (APS-C): 16 எம்.எம். நீளமும் 24 எம்.எம். அகலமும் கொண்ட இவ்வகை சென்சார் சூப்பர் 35 எம்.எம். (Super 35mm) வகை காமிராக்களின் வடிவமைப்புக்கு உட்பட்டது.

∴புல் ∴பிரேம் (full frame): 24 எம்.எம். நீளமும் 36 எம்.எம். அகலமும் கொண்ட ∴புல் ∴பிரேம் சென்சார் மிகச்சிறந்த திறனைக்கொண்டது. மிகவும் குறைந்த ஒளியிலும் தரமான காட்சிப்பதிவு ஏற்படுத்த முடியும்.

இதன் அளவு 35 மில்லி மீட்டர் ∴பிலிமின் அளவுகோலைச் சார்ந்தது.

இவ்வகை சென்சார் லென்ஸ்களின் அகன்ற பார்வைப் பரப்பை முழுமையாக பயன்படுத்திக் கொள்கிறது.

உதாரணம்: ∴புல் ∴பிரேம் சென்சார் உள்ள காமிராவில் 16எம்.எம். லென்ஸ் பயன்படுத்தும்போது அதனுடைய முழு "பரந்து விரியும் பரப்பு" பதிவு செய்யும் போது கிடைக்கும். அதுவே ஏ.பி.எஸ். சென்சார் கொண்ட காமிரா மூலமாக 16எம்.எம். லென்ஸ் பயன்படுத்தினால் 24 எம்.எம். லென்ஸுக்கான பார்வை பரப்பு மட்டுமே கிடைக்கும்.

ரெசல்யூஷன் (Resolution): பிக்சல்களின் எண்ணிக்கையைக் கொண்டு அந்த காட்சி பிம்பத்தின் அடர்த்தியைக் குறிப்பது ரெசல்யூஷன். அதாவது பிக்சல்களின் எண்ணிக்கை கூடக் கூட அதன் அடர்த்தி அதிகரித்து பிம்பத்தின் தரம் அதிகரிக்கும். பிக்சல் அளவு அதிகரிக்க பிம்பத்தில் உள்ள நிறம், துல்லியம், ஒளி அளவு ஆகியவை சிறந்த தரத்தில் இருக்கும். பிக்சல்களின் எண்ணிக்கை சென்சாரின் திறனால் கட்டுப்படுகிறது.

அட்டவணை

ரெசல்யூஷன் அளவும் - படமாக்கும் வகையும்

அனலாக்

| 352 x 240 | விடியோ சி.டி. (Video CD) |
| 400 x 480 | பீட்டா கேம் (Beta Cam) |

டிஜிட்டல்

| 720X480 | டி.வி.டி. (DVD), மினி டி.வி. (Mini DV) |
| 1280X720 | ப்ளூ ரே (Blue Ray), ஹெச்.டி.வி. (H.D.V) |
| 1920X1080 | ∴.புல் ஹெச்.டி. (Full HD) |
| 2048X1080 | 2கே (டிஜிட்டல் சினிமா) |
| 4096X2160 | 4கே டிஜிட்டல் சினிமா |

ஐ.எஸ்.ஓ. (ISO)

ஒளியானது சென்சாரில் படும்போது ஒவ்வொரு காமிராவிற்கென்று உணர்திறன் நிலை (Sensitivity) உள்ளது. அது ஐ.எஸ்.ஓ. எண்களால் அளவிடப்படுகிறது. அதிக ஐ.எஸ்.ஓ. (ISO) எண்களால் காமிராவில் ஒளி உணர்திறன் அதிகரிக்கிறது. குறைந்த ஐ.எஸ்.ஓ. (ISO) எண்களால் காமிராவில் ஒளி உணர்திறன் குறைகிறது.

அதிக "ஒளி"யிருந்தால் பொதுவாக குறைந்த ஐ.எஸ்.ஓ. எண்ணை பயன்படுத்துவார்கள். குறைந்த

"ஒளி"யிருந்தால் காட்சியை சரியாக பதிவு செய்ய ஒளி உணர்திறனை அதிகரிக்க வேண்டி ஐ.எஸ்.ஓ. வை அதிகரிப்பார்கள்.

காமிராவில் "சென்சாரின்" திறனைக்கொண்டே ஐ.எஸ்.ஓ. செயல்பாடுகள் இருக்கும்.

பொதுவாக ஐ.எஸ்.ஓ. 100, 200, 400, 500, 640, 800, 1000, 1600, 2000 இப்படி இன்றைய நவீன டிஜிட்டல் காமிராக்களில் 10,000 வரை உள்ளது. அதேபோல அதிக ஐ.எஸ்.ஓ. எண்களைப் பயன்படுத்தும்போது காட்சிகளில் இருண்ட பகுதிகளில் புள்ளிகள் தோன்றும் (digital noise).

"ஒளி அளவை" கட்டுப்படுத்த ஒளிப்பதிவாளர்கள் மூன்று யுக்திகளைக் கையாள வேண்டும் :

எந்த ஐ.எஸ்.ஓ. எண்ணை காமிராவில் பயன்படுத்த வேண்டும் என்று தீர்மானிக்க வேண்டும்.

பிறகு "லென்ஸ்" ல் உள்ள "அப்ரேட்சர்" மற்றும் ஷட்டர் ஸ்பீட் மூலமாகவும் செயல்படுத்த வேண்டும்.

எல்.சி.டி. (L.C.D): டிஜிட்டல் காமிராக்களில் வியூ ஃபைண்டருக்கு பதிலாக எல்.சி.டி. திரவ படிக திரை பயன்படுத்தப்படுகிறது.

இத்திரை மூலமாகவே காமிராவின் இயக்கத்திற்கான தகவல்கள் (Menu) காண்பிக்கப்படும்.

எல்.சி.டி. திரை பயன்கள்:

மெனு (Menu)- காமிரா இயக்கம் பற்றிய தகவல்கள்.

எக்ஸ்போசர் (Exposure)- காட்சிக்கு தேவையான "ஒளி" அளவை நிர்ணயிப்பது.

ஒயிட் பேலன்ஸ்- காட்சியின் தட்ப வெப்ப (White Balance) சூழழுக்கேற்ப நிறத்தன்மை நிர்ணயிப்பது.

ஃபிரேம்கள்- எந்த ஃபிரேம் வேகத்தில் (frames)பதிவு செய்யவேண்டும் என்று நிர்ணயிக்கும் ஃதேர்ந்தெடுக்கும் விருப்பம் (option).

உதாரணம்: 24 ஃபிரேம்கள் / 25 ஃபிரேம்கள் அல்லது ஸ்லோமோஷன் என்றால் 48 /பிரேம்கள்.

ஒலி (Sound) அமைப்பு பற்றிய தகவல்கள்.

ரெசல்யூஷன் தேர்வு செய்யும் விருப்பம் (option).
உதாரணம்: 1920x1080, 2k, 3k, 4k.

ஏற்கனவே பதிவு செய்யப்பட்ட காட்சிகளை மீண்டும் பார்க்கும் வாய்ப்பு (playback).

மெமரி கார்ட் (Memory card):

காமிராவில் உள்ள விடியோ மற்றும் ஆடியோ செய்திகளை பதிவு செய்யும் சாதனம் "மெமரி கார்டுகள்"எனப்படும். இவற்றின் சிறப்பு பயன் இத்தகடுகளை மீண்டும் மீண்டும் காட்சிப் (ஒளி&ஒலி) பதிவிற்கு பயன்படுத்தலாம் என்பதே ஆகும். ஏற்கனவே பதிவு செய்த தகவல்களை நீக்கிவிட்டு (format) மீண்டும் அதே கார்டை உபயோகப்படுத்தி காட்சிப்பதிவு செய்யலாம்.

மெமரி கார்டுகளில் பல வகைகள் சந்தையில் உள்ளன. ஒவ்வொரு காமிராவின் அளவு மற்றும் பதிவுத் திறனைப் பொருத்து இவை உபயோகப்படுத்தப்படுகின்றன.

இப்போது மிகவும் பிரபலமாக பயன்படுத்தப்படும் "மெமரி கார்டுகளின்" வகைகள் :

காம்பாக்ட் ∴பிளாஷ் கார்ட் (Compact flash card).

எஸ்.டி.கார்ட் ( S. D card).

எஸ்.எஸ்.டி. கார்ட் (S.S.D card).

மைக்ரோ எஸ்.டி. கார்ட் (Micro S. D card).

காம்பாக்ட் ∴பிளாஷ் கார்ட் :

சிறிய வடிவத்திலிருக்கும் காம்பாக்ட் ∴பிளாஷ் கார்டுகள் அதிக அளவில் தகவல்களை சேகரிக்கும் திறன் கொண்டது. இவ்வகை கார்டுகள் பல காமிராக்களில் (கேனான் 5டி மார்க் 2&3, கேனான் சி-300) பயன்படுத்தப்படுகிறது.

அவை... 512எம்.பி, 2ஜி.பி, 4ஜி.பி, 16ஜி.பி, 32ஜி.பி... இப்படி 130ஜி.பி வரை பல மாடல்களில் கிடைக்கிறது.

எஸ்.எஸ்.டி. கார்ட் :

அதிக கொள்ளளவு கொண்ட தகவல்களை சேகரிக்கும் திறன் வாய்ந்தது எஸ்.எஸ். டி. வகை கார்டுகள். இவை கொஞ்சம் கூடுதல் விலை கொண்டது.

"ரெட்" மற்றும் "பிளாக் மாஜிக்" காமிராக்கள் ஒளி & ஒலி பதிவு செய்ய எஸ்.எஸ்.டி. வகை தகடுகளைப் பயன்படுத்துகின்றன.

இத்தகடுகளை எஸ்.எஸ்.டி. கார்ட் ரீடரில் செலுத்தி (SSD card reader) அதன் மூலம் பதிவு செய்த தகவல்களை வேறு தளத்திற்கு (உதாரணம் - கணினி) பரிமாற்றம் செய்த பிறகு மீண்டும் இவற்றை (எஸ்.எஸ்.டி. கார்ட்) மறு உபயோகம் செய்யலாம்.

மைக்ரோ எஸ். டி. கார்ட் :

பெயருக்கு ஏற்றவாறு இத்தகவல் தகடுகள் மிகச் சிறிய கொள்ளளவு கொண்டது. அதனால் சிறிய காமிராக்கள், செல்∴போன்கள் ஆகியவற்றில் உபயோகப்படுத்தப்படுகிறது. “கோ ப்ரோ” (Go Pro) வகை சினிமா காமிராக்கள் மைக்ரோ எஸ்.டி. கார்டுகளைப் பயன்படுத்துகிறது.

ஹார்ட் டிஸ்க் டிரைவ்:

இது டிஜிட்டல் தகவல்களை சேகரிப்பதற்காக மற்றும் மீட்டெடுப்பதற்காக பயன்படுத்தப்படும் தகவல் சேமிப்பு சாதனம்.

காமிராவின் மெமரி கார்டுகள் மற்றும் காம்பாக்ட் ∴பிளாஷ் கார்டுகளில் பதிவு செய்யப்பட்ட காட்சித் தகவல்களை (Data) நிரந்தரமாக சேமித்து வைக்கவும், பிறகு திரைப்படப் பின் தயாரிப்புப் பணிகளுக்குப் பயன்படுத்தவும் (Post production) ஹார்ட் டிஸ்க் டிரைவ் (Hard disk drive) தேவைப்படுகிறது.

ஒரு திரைப்படத்திற்கான காட்சித்தகவல்கள் மிகவும் அதிகமாக இருக்கும். அதனால் அவற்றை சேமித்து வைக்க அதிக கொள்ளளவு கொண்ட ஹார்ட் டிஸ்க்குகள் இன்றியமையாதவை.

ஹார்ட் டிஸ்க்குகள் 8ஜிபி(GB) முதல்... 500ஜிபி, 1டிபி(TB), 2டிபி, 4டிபி ஆகிய வகைகளில் கிடைக்கின்றன.

ஹார்ட் டிஸ்க்குகளை மிகவும் பாதுகாப்பாகக் கையாளவேண்டும். இல்லாவிட்டால், இதில் சேமித்து வைக்கப்பட்டிருக்கும் தகவல்கள் சிதைந்தோ அழிந்தோ போக வாய்ப்புள்ளது. இவற்றைக் கையாளும்போதோ ஓரிடத்தில் வைக்கும்போதோ கவனக்குறைவாக கீழே போட்டுவிடக்கூடாது.

தகவல்களை சேகரிக்கவும், சேகரிக்கப்பட்ட தகவல்களை வேறு தளத்திற்கு பரிமாற்றம் செய்வதற்கும்

ஹார்ட் டிஸ்க்குகளில் இணைப்புத்தன்மை (Connectivity) உள்ளது. அவற்றில் தற்போது பிரபலமாக உபயோகத்தில் உள்ளவை USB 2.0, USB 3.0 ஆகும். இவ்வகை இணைப்புகளில் USB 2.0 (60mb/sec) வை விட USB 3.0 (600அடி/sec) இணைப்பில் தகவல்களை வேகமாக பரிமாற்றம் செய்ய முடியும்.

இதில் சமீபத்திய புதிய வரவு "தண்டர் போல்ட்" (Thunder bolt) இணைப்பு. இது USB 3.0 வைக் காட்டிலும் அதிநவீனமானது.

தகவல் பரிமாற்ற வேக அட்டவணை :

| USB 2.0 | FireWire 800 | USB 3.0 | Thunderbolt |
|---|---|---|---|
| 480 Mb/sec | 800 Mb/sec | 5.0 Gb/sec | 10Gb/sec |

விடியோ தகவல் கோப்பு :
விடியோ காட்சி தகவல்கள் என்பது பல செய்திகளை உள்ளடக்கமாக கொண்டுள்ளது. ஒளிக்காட்சியின் குறிப்புகளாக அதனுடைய பிக்சல் அளவுகள், ∴பிரேம் வேகத்தின் விகிதம் (Frame rate), கூடவே ஆடியோ சேனல்களும் அடங்கும்.

மேற்கண்ட விடியோ தகவல்களை சேமிப்பதற்கும் மாற்றி அமைப்பதற்கும் முறையான வடிவங்கள் உள்ளன.

எந்த ஒரு தகவலையும் (Data) கணினி கோப்பில் (Computer folder) சேமிப்பதற்கென்றே ஒரு கட்டமைப்பு உள்ளது. விடியோ காட்சி தகவல்கள் அதிக கொள்ளளவு கொண்டதாகும். இதை முறையாகவும், துல்லியமாகவும் சேகரிக்க இவை பெரும்பாலும் சுருக்கப்பட்டே கணினியில் சேமிக்கப்படுகிறது.

விடியோ காட்சி தகவல்கள் பல வேறுபட்ட வடிவங்களில் சேமிக்கப்படுகின்றன. அதில் சில வடிவங்கள் காட்சி பதிவு செய்வதற்கும் சில வடிவங்கள் படத்தொகுப்புக்கும் ஏற்றவாறு மாற்றப்படுகின்றன. இவ்வாறு சினிமாவின் பல்வேறு விதமான பின் தயாரிப்பு பணிகளுக்கும் அனுப்பவேண்டியுள்ளதால் அதற்கேற்றவாறு வடிவமைக்கப்படுகிறது.

விடியோ காட்சிகளின் தகவல்களின் உள்ளடங்கிய பண்புகள்

சட்டக அளவு (Frame size) சட்டகத்தில் உள்ள பிக்சல்கொள்ளளவு அளவு விகிதம் (Aspect ratio) சட்டகத்தின் உயரம் மற்றும் அகலத்திற்கு உள்ள விகிதம்

சட்டக வேகம் (Frame rate): ஒரு நொடிக்கு எத்தனை ஃபிரேம்கள்

பிட் ரேட் (Bit rate)

ஆடியோ மாதிரி விகிதம் (Audio sample rate) :

ஆடியோவானது அனலாக் கோப்பிலிருந்து டிஜிட்டல் கோப்பாக மாற்றம் பெறும்போது நிர்ணயிக்கப்படுகிறது.

ஒரு டிஜிட்டல் சினிமா காமிரா மூலம் பதிவு செய்யப்படும் காட்சிகளின் தரத்தை அறிய விடியோ காட்சிகளில் உள்ள தகவல்களில் ஒன்றான ரெசல்யூஷன் (பிக்சல் அளவு) மட்டுமே கொண்டு நிர்ணயிக்க முடியாது.

மேலும், முக்கியமான அம்சங்களான பிட் ரேட் மற்றும் கோடக் (Codec) பற்றியும் தெரிந்து கொள்வோம்.

பிட் ரேட் (Bit rate)

காட்சிகளில் உள்ள ஒளி & ஒலி தகவல்கள் "பிட் ரேட்" விகிதத்தின் அடிப்படையில் அளவிடப்படுகிறது.

பொதுவாக, அதிக பிட் ரேட் கொண்ட காட்சித்தகவல்கள் சிறந்த தரமாக கருதப்படுகிறது.

கோப்புகள் (File containers)

விடியோ காட்சி தகவல்களை வடிவமைக்க பல கோப்புகள் உள்ளன.

அவை:

எம்.ஓ.வி. (mov)
ஏ.வி.ஐ. (avi)
எம்.பி.4 (mp4)
எம்.எக்ஸ்.எ∴ப். (mxf)

விடியோ தகவல்களை மேற்குறிப்பிட்ட கோப்புகளில் வடிவமைக்க “கோடக்” பயன்படுத்தப்படுகிறது.

கோடக் (codec)

விடியோ தகவல்களில் உள்ள செய்திகளை கட்டுப்படுத்துவது கோடக் என்னும் மென்பொருள் (software) ஆகும்.

**கோடக்** - விடியோ செய்திகளை (Data) சுருக்கியோ (Compress) அல்லது விரித்தோ (De-compress) குறிப்பிட்ட கோப்புகளில் (Container) அடக்குகிறது.

சரியான கோடக் இல்லாவிட்டால் விடியோ காட்சிகளை கணினியில் பார்க்க இயலாது.

படத்தின் படத்தொகுப்பு வேலைகளுக்கும், பின்னர் டி.ஐ. (நிறத்தேர்வு) பணிகளின் போதும் “கோடக்” மென்பொருள் முக்கியமானதாகும்.

இன்று பிரபலமாக இருக்கும் கோடக் (Codec) வகைகள் :

- ஹெச்.264 (H.264)
- ரா (Raw)
- ஆப்பிள் ஃப்ரோ ரெஸ் (Apple pro res)
- சினிமா டி.என்.ஜி. (Cinema DNG)
- ஹெச். 264 (H.264)

மிகவும் பரவலாக பல காமிராக்களில் உள்ள விடியோ சிக்னல்களில் பயன்படுத்தப்படும் கோடக் - H.264 ஆகும். இக்கோடக் விடியோ ஃபைல்களை தரம் குறையாமல் சுருக்கி தருகிறது. கேனான் 5டி மார்க் 2 மற்றும் மார்க் 3 வகை காமிராக்கள் இவ்வகை கோடக்குகளை பயன்படுத்துகின்றன.

ரா (Raw files)

ரா ஃபைல்கள் மிகவும் உயர் தரமானவை. ஏறத்தாழ ஃபிலிமில் உள்ள நெகடிவ்வுக்கு சமமான அடர்த்தியான செய்திக் குறிப்புகளை தாங்கும் வல்லமை கொண்டவை.

சென்சாரில் இருந்து வரும் முழு தகவல்களை எந்த வித இழப்பும் இல்லாமல் பதிவு செய்ய உதவுகிறது ரா ∴பைல்கள்.

ரெட் (Red) மற்றும் ஆரி அலெக்ஸா (Arri Alexa) காமிராக்களில் பதிவு செய்யப்படும் காட்சி தகவல்கள் ரா ∴பைல்களாகும்.

ரா ∴பைல்களாக பதிவு செய்யப்படும் காட்சிகள் ஒருவித நிறமற்ற தன்மையில் இருப்பது போல காணப்படும். ஆனால் பின் தயாரிப்பு (டி.ஐ.) செய்யும் போது அதிக நிறத்தன்மை அடையும் வகையில் வடிவமைக்கப்பட்டுள்ளது.

ஆப்பிள் ∴ப்ரோ ரெஸ் (Apple pro res)

உலகின் மென்பொருள் ஆராய்ச்சியில் சிறந்து விளங்கும் "ஆப்பிள்" நிறுவனத்தால் வடிவமைக்கப்பட்ட கோடக் - "∴ப்ரொ ரெஸ்" (pro res) மிகவும் அதிக காட்சி தகவல்களை அதிக சுருக்கமில்லாமல் "ரா" ∴பைல்கள் போல 4K வரை உள்ள தகவல்களை பதிவிறக்கம் செய்து தருகிறது.

சினிமா டி.என்.ஜி. (Cinema DNG)

காட்சி கோப்புகளை மிகவும் எளிமையாகவும் உயர்ந்த தரத்துடனும் அனைத்து பின் தயாரிப்பு பணிகளிலும் ஏற்றுக்கொள்ளப்படும் மென்பொருளாக அடோப் (adobe) நிறுவனத்தால் உருவாக்கப்பட்டது "சினிமா டி.என்.ஜி." சமீபத்திய வரவான "பிளாக் மாஜிக்" காமிராக்கள் இவ்வகை "கோடக்" கை பயன்படுத்துகின்றன.

சென்சார் / ரெசல்யூஷன் / கோடக் / பிட்ரேட் ஆகியவை டிஜிட்டல் காமிராக்களின் செயல்பாட்டை நிர்ணயிக்கும் தொழில்நுட்பங்கள் ஆகும்.

காமிரா / சென்சார் / ரெசல்யூஷன் / கோடக் அட்டவணை

| காமிரா | ரெசல்யூஷன் | சென்சார்அளவு | கோடக் |
|---|---|---|---|
| அலெக்ஸா | 2880x1620 | 23.76 x 13.37 | ஆரி ரா (ARRI RAW) |
| கேனான் 1டிசி | 4096 x 2160 | 36x24 எம்.எம். | எம்.ஜெபெக்.4 (MJPEG 4) |
| பிளாக் மாஜிக் 4கே | 3840x2160 | 21.12x11.88 | சினிமா டி.என்.ஜி. (Cinema DNG) |
| கேனான் 5டி மார்க் II | 1920x1080 | 36x24 எம்.எம் | ஹெச்.264 (H.264) |
| கேனான் சி-300 | 1920x1080 | 24.6x13.8 | எம்.எக்ஸ்.எப். |
| ரெட் டிராகன் | 6144x3160 | 30.7x15.8 | ரெட் கோடக் ரா (Red code Raw) |
| ரெட் எபிக் | 5120x2700 | 27.7x14.6 | ரெட் கோட் ரா |
| ரெட் ஸ்கார்லெட் | 4096x2160 | 27.7x14.6 | ரெட் கோட் ரா |
| ரெட் ஒன் | 4096x2160 | 24.4x13.7 | ரெட் கோட் ரா |

லென்ஸ் மவுண்ட்

லென்ஸ்களை காமிராவுடன் இணைக்க பயன்படுத்தபடுகிறது "லென்ஸ் மவுண்ட்".

லென்ஸ் மவுண்ட் பல வகைகளில் உள்ளன. இவற்றில் பிரபலமானவை:

பி.எல். (PL)

இ.எ∴ப். (EF)

எம்.எ∴ப்.டி. (MFT)

பி.எல். (PL)

"பி.எல்." லென்ஸ் மவுண்ட்டுகள் "ஆரி" மற்றும் "ரெட் ஒன்", "ரெட் எபிக்" ஆகிய காமிராக்களில் பயன்படுத்தப்படுகிறது.

"பி.எல்." மவுண்ட் மூலமாக சினிமா லென்ஸ்களான அல்ட்ரா பிரைம் (ultra prime), மாஸ்டர் பிரைம் (master prime), கேனான் சினி (canon cine lens) லென்ஸ்களை காமிராக்களில் பொருத்தலாம்.

இ.எ.்.ப். (EF)

கேனான் காமிராக்களில் கேனான் லென்ஸ்களை பொருத்த இ.எ.்.ப். (EF) மவுண்ட் பயன்படுத்தப்படுகிறது. இந்த லென்ஸ்கள் விலை குறைவாதலால் தற்போது தயாராகும் சினிமா காமிராக் களில் கேனான் லென்ஸ்கள் உபயோகப் படுத்துவதற்கு இ.எ.்.ப். (EF) மவுண்டும் கொடுக்கிறார்கள்.

உதாரணம் : "ரெட் ஸ்கார்லெட்" மற்றும் "பிளாக் மாஜிக்" காமிராக்கள் இ.எ.்.ப். (EF) மவுண்டிலும் பி.எல். மவுண்டிலும் தயாரிக்கிறார்கள்.

## எம்.எ∴.ப்.டி. (MFT)

மைக்ரோ 4/3 சென்சார் கொண்ட காமிராக்களில் பொருத்த எம்.எ∴.ப்.டி. லென்ஸ் தயாரிக்கப்படுகிறது. அதற்கு எம்.எ∴.ப்.டி. மவுண்ட் தேவைப்படுகிறது.

## கார்ட் ரீடர் (Card reader)

காமிராவில் இருக்கும் "மெமரி கார்டில்" பதிவு செய்யப்பட்ட காட்சிகளை கணினிக்கு நகலெடுக்க கார்ட் ரீடர் தேவைப்படுகிறது. காட்சிகளை மெமரி கார்டுகளின் கொள்ளளவு வரை தொடர்ந்து பதிவு செய்தபின் காமிராவிலிருந்து மெமரி கார்டை எடுத்து கார்ட் ரீடரில் பொருத்த வேண்டும். அந்த கார்ட் ரீடரில் உள்ள இணைப்புக் கம்பியை (chord) கணினியில் உள்ள யூ.எஸ்.பி. போர்ட்டில் சொருக வேண்டும். பின்னர் மெமரி கார்டில் உள்ள "காட்சிகளை" கணினியில் குறிப்பிட்ட கோப்புகளில் நகலெடுக்க வேண்டும்.

காம்பாக்ட் கார்ட், எஸ்.எஸ்.டி. கார்ட், மைக்ரோ எஸ்.டி. கார்ட் ஆகிய மெமரி கார்டுகளுக்கு அதற்கேற்ப கார்ட் ரீடர்கள் உள்ளன. ரெட் காமிராக்களில் உள்ள எஸ்.எஸ்.டி. கார்டுகளில் காட்சியை நகலெடுக்க "ரெட் மேக்" (red mag) என்ற கார்ட் ரீடர்கள் பயன்படுத்தப்படுகின்றன.

# பகுதி - 3

டிஜிட்டல் ஒளிப்பதிவு

# பகுதி - 3

## டிஜிட்டல் ஒளிப்பதிவு

### என் அனுபவத்தில் டிஜிட்டல் ஒளிப்பதிவு - படிப்படியான செயல்பாடு

- முதலில் டிஜிட்டல் காமிராவில் உள்ள லென்ஸ் மவுண்ட் மூலம் லென்ஸை காமிராவில் பொருத்த வேண்டும்.
- காமிராவினுள் மெமரி கார்டை செலுத்த வேண்டும்.
- பிறகு பாட்டரியை (Battery) பொருத்த வேண்டும்.
- காமிராவில் உள்ள ஆன் (On), ஆ.ஃப் (Off) ஸ்விட்ச் (Switch) உபயோகித்து காமிராவை இயக்க (ஆன்) வேண்டும்.
- காமிராவை "ஆன்" செய்து இயக்க ஆரம்பித்தவுடன் திரவபடிக திரையில் (LCD), மெனு (Menu) வில் உள்ள காமிரா இயக்கத்திற்கான தகவல்களை தேர்ந்தெடுக்க வேண்டும்.
- ரெசல்யூஷன் தேர்வு செய்ய வேண்டும்.
- ஃபிரேம் ரேட் விநாடிக்கு 24 அல்லது 25/30/48/60 ஃபிரேம்கள் என்று முடிவு செய்து தேர்ந்தெடுக்க வேண்டும்.
- பிறகு படமாக்கப் போகும் "காட்சியை" திரவபடிக திரையில் பார்த்தவாறே ஒளித்தன்மை (Sensitivity) யை நிர்ணயிக்க, காமிராவில் எந்த ஐ.எஸ்.ஓ. (ISO) வேண்டும் என்று தீர்மானிக்க வேண்டும். உதாரணம்: 200, 320, 500, 640, 800, 1000.
- ஐ.எஸ்.ஓ. (ISO) தேர்வு செய்தபின் காட்சியின் தன்மை அறிந்து "ஒளி அளவை" கட்டுப்படுத்த அப்ரேட்சர் (Aperture) தேர்வு செய்யப்படுகிறது.
- ஷட்டர் திறப்பை நிர்ணயிக்க வேண்டும். பொதுவாக காமிராக்களில் 1/48 அல்லது 1/60 தேர்ந்தெடுக்கப்படும்.
- ஒலி அளவு சரியாக உள்ளதா என்று பார்க்க வேண்டும். மைக் சரியாக பொருத்தப்பட்டுள்ளதா என்றும் உறுதிப்படுத்திக் கொள்ளவேண்டும்.
- ஃபிரேம் விகிதம் (Aspect ratio) காட்சி திரையிடல் வகையை தேர்வு செய்ய வேண்டும். திரைப்படத்திற்கு என்றால் 1:2.35. தொலைக்காட்சிக்கு என்றால் 16:9 அல்லது 4:3.
- அடுத்து லென்ஸ் மூலமாக திரவ படிக திரையை பார்த்தவாறு "காட்சியை" ஃபோகஸ் செய்ய வேண்டும்.

- சில காமிராக்களில் ∴போகஸ் சரியாக செய்யப்பட்டுள்ளதா என்பதைக் கண்டறியும் வசதி உள்ளது. இது ∴போகஸ் அசிஸ்ட் வசதி (focus assist function) எனப்படும்.
- காட்சியை பதிவு செய்ய திரவ படிக திரையில் லைவ் வியூ பார்வையில் காமிராவில் உள்ள "ரெக்கார்டிங்" பொத்தானை அழுத்த வேண்டும்.
- காட்சி பதிவாகும்போது திரவ படிக திரையில் "ரெக்கார்டிங்" கை குறிக்கும் வகையில் "சிவப்பு" புள்ளி மின்னும்.
- மீண்டும் ரெக்காட்டிங் பொத்தானை அழுத்தினால் காட்சி பதிவு நின்றுவிடும்.
- பதிவு செய்த காட்சியை காமிராவில் பார்க்க வேண்டும் என்றால் "மெனு" வில் விடியோ ப்ளே பேக் (video play back) பொத்தானை அழுத்தினால் பதிவு செய்த காட்சியை பார்க்கலாம்.
- தொடர்ந்து காட்சிகளை பதிவு செய்தபின் மெமரி கார்ட் கொள்ளளவின் அளவை எட்டியவுடன் அக்கார்டை காமிராவிலிருந்து வெளியே எடுத்து "கார்ட் ரீடரில்" செலுத்தி கணினியுடன் இணைத்து நகலெடுக்க வேண்டும்.
- கணினியில் நகலெடுத்து, அக்காட்சிகளை கோப்பில் (folder) சேமித்த பின் அவற்றுக்கு நம் வசதிக்கேற்றவாறு பெயரிட்டு சேமித்துக் கொள்ளலாம். படப்பிடிப்பு நடந்த இடம்/நாள் இவற்றைப் பற்றிய குறிப்புகளையும் சேர்த்துக்கொள்ளலாம்.
- கணினியில் இருக்கும் காட்சிகளை ஹார்ட் டிஸ்க் டிரைவில் (hard disk drive) நகலெடுத்து சேமிக்க வேண்டும்.
- பின்னர் ஹார்ட் டிஸ்க்கில் உள்ள காட்சிகளை படத்தொகுப்பு பணிக்கு கொண்டு செல்ல வேண்டும்.
- ஹார்ட் டிஸ்க்கில் உள்ள பதிவு செய்யப்பட்ட மொத்த காட்சிகளையும் படத்தொகுப்பாளரிடம் இருக்கும் உயர்ரக கணினிக்கு நகலெடுக்க வேண்டும்.
- பதிவு செய்த காட்சிகளின் முழு ரெசல்யூஷன் படத்தொகுப்பிற்கு தேவைப்படாது. அதனால் படத்தொகுப்பிற்கு தகுந்தவாறு குறைந்த ரெசல்யூசனுக்கு (compressed files) அக்காட்சிகள் மாற்றப்படும்.
- இதன்பிறகு படத்தொகுப்பு (editing) பணி துவங்கும்.
- படத்தின் இறுதி படத்தொகுப்பு முடிந்த பிறகு டப்பிங் (dubbing), ஒலிசேர்ப்பு (sound effects), பின்னனி இசை (re-recording) சேர்ப்பு ஆகிய பணிகள் நடைபெறும்.
- பின்னர் படத்தின் ஒளிப்பதிவாளர் திரைப்படத்தின் நிறத்தேர்வு

பணியில் ஈடுபடுவார்.

- நிறத்தேர்வு (D.I.) தொழில்நுட்ப கூடத்திற்கு மொத்தப்படத்தின் காட்சிகளும் முழு ரெசல்யூஷனில் பதிவு செய்யப்பட்ட காட்சிகள் அடங்கிய ஹார்ட் டிஸ்குகளைக் கொடுக்கவேண்டும்.
- படத்தொகுப்பாளர் தான் எடிட் செய்த தகவல் குறிப்புகள் (edl) மற்றும் குறைந்த ரெசல்யூசனில் எடிட் செய்த காட்சிகள் அடங்கிய ∴பைல்களையும் கொடுப்பார்.
- பிறகு நிறத்தேர்வுக் குழுவினரில் ஒருவரான "கன்∴பார்மிஸ்ட்" (confirmist) படத்தொகுப்பு காட்சிகளின் வரிசைப்படியே முழு ரெசல்யூஷனில் பதிவு செய்த காட்சிகளை நிறத்தேர்வு தளத்தில் (D.I Suite) கொடுப்பார்.
- நிறத்தேர்வு பணியை செய்யும் நிபுணர் (colorist) உதவியுடன் ஒளிப்பதிவாளர் அத்திரைப்படத்திற்கான முழு நிற வடிவம் கொடுப்பார். இந்தப்பணி சுமார் 10 நாட்களிலிருந்து 30 நாட்கள் வரை நடைபெறும்.
- பிறகு படத்தின் டைட்டில் காட்சிகள், கம்ப்யூட்டர் கிரா∴பிக்ஸ் (computer graphics) ஆகியவற்றை இணைத்து நிறத்தேர்வு செய்யப்பட்ட காட்சிகளின் வரிசை சீராக உள்ளதா என படத்தொகுப்பாளர் ஆராய்வார்.
- நிறத்தேர்வுக் கூடத்தில் நிறத்தேர்வு செய்யப்பட்ட காட்சிகளை ஒரு புதிய ஹார்ட் டிஸ்க்கில் 2கே (2k), டி.பி.எக்ஸ். (dpx) ∴பைல்களாக மாற்றித்தருவார்கள்.
- மறுபுறம் படத்தின் மொத்த ஒலியை "டால்பி"(dolby) அல்லது டி.டி.எஸ். (DTS) 5.1 தகவல்களை ஆடியோகிரா∴பர் (audiographer) "ஹார்ட் டிஸ்க்கில்" பதிவிறக்கம் செய்து கொடுப்பார்.
- நிறத்தேர்வு செய்யப்பட்ட காட்சிகளை கொண்ட ஹார்ட் டிஸ்க்கையும், ஒலிக்கலவை தகவல்கள் கொண்ட ஹார்ட் டிஸ்க்கையும் திரையரங்கங்களுக்கு ஏற்றவாறு ஒளி & ஒலி யை இணைத்து மாஸ்டரிங் (mastering) செய்யும் தளத்திற்கு எடுத்துச் செல்லபடுகிறது. இந்தியாவில் பிரபலமான மாஸ்டரிங் தளங்கள் "க்யூப்" (Qube), "யூ.எ.∴ப்.ஓ." (UFO), பி.எக்ஸ்.டி. (PXD), ஸ்க்ராபிள் (Scrabble) ஆகியவை ஆகும்.
- முழு திரைப்படத்தையும் மாஸ்டரிங் செய்ய குறைந்தது மூன்று நாட்கள் ஆகும்.
- மாஸ்டரிங் செய்தபின் அவர்களது மாஸ்டரிங் திரையரங்கத்தில் படத்தின் முதற்பிரதி (first copy) பார்க்கப்படுகிறது.

★★★

# பகுதி - 4

டி.எஸ்.எல்.ஆர். காமிராக்கள்

# பகுதி - 4

# டி.எஸ்.எல்.ஆர். காமிராக்கள்

# DSLR Cameras

## 5டி - மார்க் II (5 D Mark II)

கேனான் நிறுவனம் தனது ஈ.ஓ.எஸ். காமிரா வரிசையில் ஒரு நவீன ஸ்டில் காமிராவாக 5டி - மார்க் IIவை அறிமுகப்படுத்தியது. இக்காமிராவில் "சிறப்பு அம்சமாக" ∴புல் ஹெச்.டி விடியோ காட்சிகளை பதிவு செய்யும் வசதியை அளித்தது. ஆனால் கேனான் நிறுவனமே எதிர்பார்க்காத விதமாக 5டி காமிரா, சினிமா ஒளிப்பதிவின் புதிய சந்தையை உருவாக்கியது.

இக்காமிராவின் மாபெரும் வெற்றி ஹெச்.டி.எஸ்.எல்.ஆர். (HDSLR) என்ற புதிய ஒளிப்பதிவு சித்தாந்தத்தை உருவாக்கியது.

5டி - மார்க் II காமிரா 2009 ஆம் ஆண்டு வெளிச்சந்தைக்கு விற்பனைக்கு வந்தது. முதன்முறையாக ∴புல் ஹெச்.டி. (Full HD) ரெசல்யூஷனில் விடியோ காட்சிகளை ஒரு புகைப்பட காமிராவில் பதிவு செய்யும் தொழில்நுட்பம் 5டி காமிராவில்தான் அறிமுகமானது.

### கேனான் 5டி - மார்க் II காமிராவின் சிறப்பம்சங்கள்

- மிகவும் திறன் வாய்ந்த 21 மெகா பிக்சல் ∴புல் ∴பிரேம் சென்சார் (சி.மோஸ்.) குறைந்த ஒளியில் மிகவும் தரமான காட்சிகளை பதிவு செய்ய உதவுகிறது. சென்சார் அளவு பெரிதாக உள்ளதால் ∴பிலிம் காமிராக்களில் பதிவு செய்யும்போது கிடைக்கும் "செலக்டிவ் டெப்த் ஆ∴ப் ∴பீல்ட்" (Selective depth of field) பல அடுக்குகளாக ∴போகஸ் தரும் சாத்தியம் உள்ளது. அதேபோல லென்ஸ்களின் பார்வை பரப்பு சுருங்காமல் பதிவு செய்யும் சாத்தியம் (Cropped field of view).

- 5டி காமிரா அதிநவீன டிஜிக் IV (DIGIC IV) ஃப்ராசஸர் கொண்டுள்ளது. இந்த தொழில்நுட்பம் சென்சாரிலிருந்து வரும் காட்சி தகவல்களை வேகமாக மெமரி கார்டில் பதிவு செய்ய உதவுகிறது. மேலும் காட்சிகளின் ரெசல்யூஷனை ஹெச்.264 கோடக்குக்கு மாற்றும் குறியாக்கத்தை (encoding) டிஜிக் IV ஃப்ராசஸர் செய்கிறது.

- கேனான் 5டி - மார்க் II திரவபடிக திரையானது மூன்று இன்ச் (3 inch) அளவு கொண்டது. எந்த தட்பவெப்ப சூழல்களிலும் அத்திரையைப் பார்த்து காமிராவை இயக்குவதற்கு ஏற்றவாறு வடிவமைக்கப்பட்டுள்ளது.

- ஐ.எஸ்.ஓ. (ISO) செட்டிங் 100 லிருந்து 6,400 வரை உள்ளது. தேவைப்பட்டால் 25,000 ஐ.எஸ்.ஓ. வரை விரிவு படுத்திக் கொள்ளலாம். அதிக வெளிச்சமிருந்தாலும், குறைந்த வெளிச்சமிருந்தாலும் அதற்கு ஏற்றவாறு நாம் ஐ.எஸ்.ஓ. தேர்ந்தெடுக்கும் சிறப்புத்தன்மை இக்காமிராவின் சிறப்பு.

- இரவு நேர நகர வெளிச்சத்தை 1000 ஐ.எஸ்.ஓ. வைத்து பதிவு செய்தால்கூட காட்சி துல்லியமாக வருவது 5டி - மார்க் II காமிராவின் வெற்றியாகும்.

- ஒயிட் பாலன்ஸ் (white balance): தட்ப வெப்ப சூழல்களுக்கு ஏற்ப சரியான நிறத்தன்மையை அடைய ஒயிட் பாலன்ஸ் பயன்படுகிறது. 5டி காமிராவில் ஒயிட் பாலன்ஸ் பல விருப்பங்களில் (options) உள்ளது. சூரிய வெளிச்சம் / நிழல் வெளிச்சம் / மேக மூட்டம் / டங்க்ஸ்டன் பல்ப் வெளிச்சம் / டியூப் லைட் வெளிச்சம் / நாமே கேல்வின் தேர்ந்தெடுக்கும் விருப்பம்.

- ஃபோகஸ் சரியாக உள்ளதா என்று சரிபார்க்க காட்சிகளைப் பெரிதாக்கி (magnify) திரவபடிக திரையில் பார்க்கும் வசதி.

- காமிராவின் மின்சக்திக்கு லீ-லான் (Li-Lon Battery) பாட்டரிகள் பயன்படுத்தப்படுகின்றன. லைவ்-வ்யூ (Live view) திரவ படிக திரையில் பார்த்தவாறே காட்சிகளை பதிவு செய்தால் ஒரு பாட்டரி சக்தி 2 அல்லது 3 மணி நேரம் வரை தாக்குப்பிடிக்கிறது.

- விடியோ ப்ளே பேக் (Video play back) பதிவு செய்த காட்சிகளை சுலபமாக பார்க்கலாம். குறிப்பாக ஃபிரேமை நிறுத்தி பார்க்கும் வாய்ப்பு. ஸ்லோமோஷனில் பார்க்கலாம். ரிவர்ஸ் செய்தும் பார்க்க முடியும். காமிராவின் எடையும் அளவும் மிகவும் குறைவு. (810 கிராம்). அதனால் கையில் வைத்தே கூட இயக்கலாம் (hand held). பொது இடங்களில் ரகசியமாக படமாக்குவது இக்காமிராவால் மிகவும் சுலபம்.

- 5டி மார்க் II இ.எ.ஃ.ப். (EF) லென்ஸ் மவுண்ட்களால் மிகவும் விலை குறைந்த கேனான் இ.எ.ஃ.ப். லென்ஸ்களை பயன்படுத்தலாம். ஏறத்தாழ ஐம்பதிற்கும் மேற்பட்ட லென்ஸ் வகைகளை உபயோகப்படுத்தலாம்.

- காமிராவின் உட்புறத்தில் உள்ள மைக் மூலமாகவே "ஒலி" பதிவு செய்யப்படுவது இக்காமிராவின் மற்றொரு சிறப்பு. வேறு வெளி மைக் மூலமாக நல்ல ஸ்டிரியோ (Stereo) தரத்தில் "ஒலி"யை பதிவு செய்வதற்கும் இக்காமிராவில் தனியாக வசதி உள்ளது.

- ஹெச்.டி.எம்.ஐ. (HDMI) கேபிள் மூலமாக காட்சிகளை மாற்று வெளி திரையில் (External monitor) பார்க்கும் வசதி உள்ளது.

காமிராவின் செயல்பாடு புகைப்பட விளக்கங்களுடன்:

பாட்டரியை காமிராவில் செலுத்தும் முறை

- காமிராவின் கீழே உள்ள பாட்டரி அறையை திறக்கவும்.

- பாட்டரியை உள்ளே நுழைக்கவும்.

- பாட்டரி லாக் (Lock) ஆகும் வரை மென்மையாக அழுத்தவும்.

- பாட்டரி அறையின் கதவை மூடவும்.

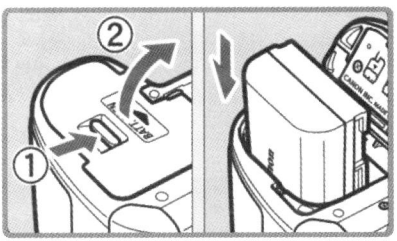

லென்ஸ் இணைப்பது

- லென்ஸின் பின் பகுதி மூடியையும் காமிராவின் மவுண்டிலிருக்கும் மூடியையும் கழற்றவும்.

- லென்ஸில் இருக்கும் சிவப்பு புள்ளியும், காமிரா மவுண்ட்டிலிருக்கும் சிகப்பு புள்ளிக்கு நேர்க்கோட்டில் லென்ஸ் காமிராவில் இணைத்து திருகவும்.

- லென்ஸ் முன்னே இருக்கும் மூடியை (Front cap) காட்சி பதிவு செய்யத் தயாராகும் போது கழற்றவும்.

காம்பேக்ட் ஃப்ளாஷ் (compact flash) மெமரி கார்டை காமிராவில் செலுத்தும் முறை

- காமிராவில் பக்கவாட்டில் உள்ள மூடியை அழுத்தி தள்ளி திறக்கவும் (அம்பு குறியிட்டபடி).
- மெமரி சி.எஃப். கார்டின் சரியான பகுதியை (லேபிள் பகுதி உங்களை பார்த்தவாறு இருக்க வேண்டும்) துவாரத்தின் வழியாக செலுத்த வேண்டும்.
- மீண்டும் மூடியை அம்பு குறியிட்டபடி எதிர் திசையில் தள்ளி மூட வேண்டும்.

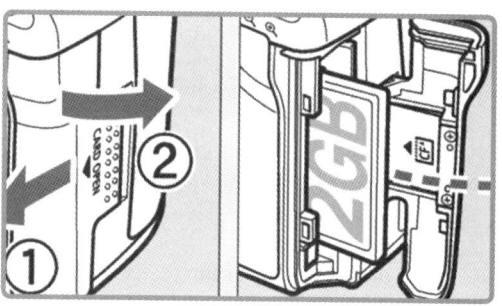

காமிரா ஆன் செய்வது

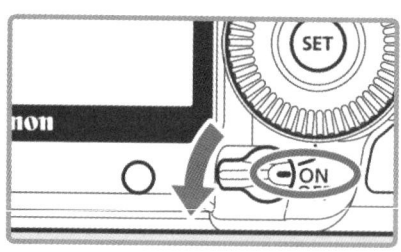

காமிராவின் பின்புறம் திரவபடிக திரையின் கீழே வலது புறத்தில் ஆன்/ஆஃப் ஸ்விட்ச் உள்ளது.

காமிரா ஆன் செய்தவுடன் திரவபடிக திரையில் “சென்சார் க்ளீனிங்” (Sensor cleaning) என்ற செய்தி வரும்.

விடியோ காட்சிகளை பதிவு செய்ய காமிரா மேற்புறம் உள்ள “மோட் டயல்” - M என்ற குறியீட்டிற்கு திருகவும்.

“திரவபடிக திரை” வேலை செய்ய “காமிரா” உருவ பொத்தானை அழுத்தவும்.

விடியோ காட்சிகளுக்கான காமிரா செய்திகளை அமைக்க “மெனு” (Menu) பொத்தானை அழுத்த வேண்டும்.

மல்ட்டி கண்ட்ரோலர் பொத்தான் மூலம் வலது பக்கம் தள்ளிக்கொண்டே,

“லைவ் வ்யூ/மூவி” (Live view/Movie junction) மோடுக்கு சென்று அழுத்தினால்

லைவ் ∴பங்ஷன் செட்டிங் (Live function setting)

ஸ்டில்ஸ் மட்டும் (Stills only)

ஸ்டில்ஸ் + மூவி (Stills + movie)

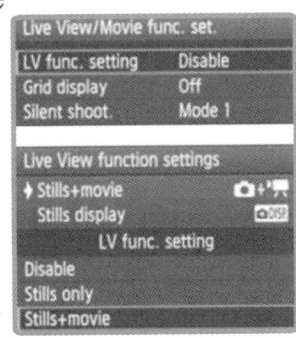

இதில் ஸ்டில்ஸ் + மூவி விருப்பத்தை தேர்வு செய்யவும். ஒ.கே. (Ok) அழுத்தவும்.

லைவ் ∴பங்ஷன் கீழே வந்தால்

மூவி ரெக்கார்டிங் தரம் (movie rec. size) பொத்தானை அழுத்தவும்.

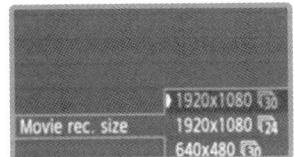

1920 x 1080 - 30

1920 x 1080 - 24

640 x 480 - 30

அதில் “1920 x 1080 - 24” என்ற விருப்பத்தை தேர்வு செய்யவும்.

காமிரா மெனுவில்,

என்.டி.எஸ்.சி. (NTSC)

பால் (PAL)

அதில் பால் (PAL) தேர்வு செய்யவும்.

மேற்குறிப்பிட்டுள்ள அனைத்து காமிரா தகவல்களை தேர்வு செய்தபின் மீண்டும் மெனு (Menu) பொத்தானை அழுத்தவும்.

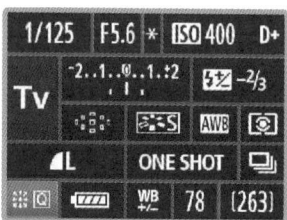

அப்ரேட்சர், ஷட்டர், ஐ.எஸ்.ஓ., ஒயிட் பாலன்ஸ் அமைப்பது

திரவ படிக திரையில் படமாக்கும் ∴பிரேமுக்கு கீழே முதலில் வருவது “ஷட்டர்” எண் - அதை தேர்வு செய்ய காமிராவின் மேல் தளத்தில் உள்ள கருப்பு நிற திருகும் சக்கரம் இருக்கிறது. அதைக் கொண்டு தேர்வு செய்ய வேண்டும்.

பொதுவாக விடியோ காட்சிகளை படமாக்க 1/60 தேர்வு செய்ய வேண்டும்.

அப்ரேட்சர் தேர்வு செய்ய திரவ படிக திரை வெளியே வலது புறம் காமிரா காட்சிகளை பதிவு செய்யும் ரெக்கார்டிங் பொத்தானை சுற்றியிருக்கும் சக்கரத்தை சுழற்றினால் அப்ரேட்சர் எண்களை தேர்வு செய்யலாம்.

ஐ.எஸ்.ஓ.

காமிரா மேல்தளத்தில் ஐ.எஸ்.ஓ. என்ற பொத்தானை அழுத்தினால் ஐ.எஸ்.ஓ. எண்களின் அட்டவணை திரவ படிக திரையில் வரும் / காமிரா மேல்தளத்தில் உள்ள கருப்பு நிற அரை சக்கரத்தை

சுழற்றி ஐ.எஸ்.ஓ. எண்களைத் தேர்வு செய்து கொள்ள வேண்டும்.

| Display | Mode | Color Temperature (Approx. K: Kelvin) |
|---|---|---|
| AWB | Auto | 3000 - 7000 |
| ☀ | Daylight | 5200 |
| | Shade | 7000 |
| | Cloudy, twilight, sunset | 6000 |
| | Tungsten light | 3200 |
| | White fluorescent light | 4000 |
| ϟ | Flash use | 6000 |
| | Custom (p.66) | 2000 - 10000 |
| K | Color temperature (p.67) | 2500 - 10000 |

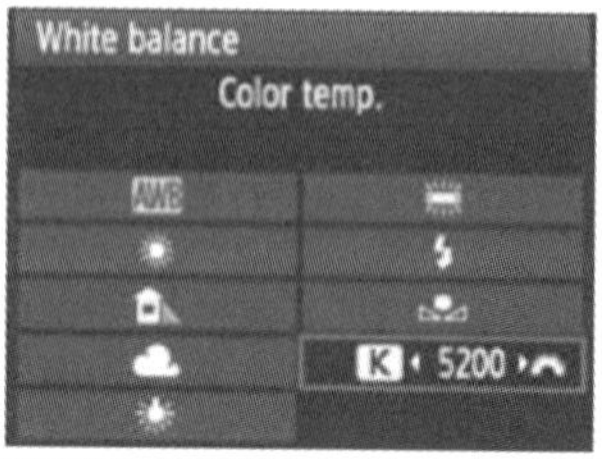

ஒயிட் பாலன்ஸ்

இதுவும் காமிரா மேல்தளத்தில் டபிள்யூ/பி (W/B) என்ற பொத்தானை அழுத்தினால் திரவபடிக திரையில் ஒயிட் பாலன்ஸ் பற்றிய செய்தி வரும்.

காட்சிக்கு தேவையான தட்ப வெப்ப நிறத்தன்மையை தேர்வு செய்து கொள்ள வேண்டும்.

காட்சிகளை பதிவு செய்யும் "ரெக்கார்டிங்" பொத்தான்

அப்பொத்தானை மீண்டும் அழுத்தினால் காட்சி பதிவு நின்றுவிடும்.

5டி காமிராவின் தொழில்நுட்ப விவரக்குறிப்புகள்

- வகை - டிஜிட்டல் சிங்கிள் லென்ஸ் ரி.'.ப்ளெக்ஸ் காமிரா (DSLR)
- சென்சார் - 36x24 எம்.எம். (சிமோஸ்)
- பிக்சல் - 21 மெகா பிக்சல் (21 mega pixel)
- லென்ஸ் மவுண்ட் - மாற்றும் வகை (interchangeable) EF
- ரெசல்யூஷன் - 1920 x 1080
- ஐ.எஸ்.ஓ - 100 -6400
- மெமரி கார்ட் வகை - காம்பேக்ட் கார்ட் (சி.எ.'.ப்.)
- எடை - 810 கிராம்
- திரை - திரவ படிகம் (LCD) 3 இன்ச் அளவு
- பவர் - பாட்டரி -லி - லான் எல்.பி. - இ-6 (Li-Lon LP- E6)
- தயாரிப்பு - ஜப்பான்

குறைந்த விலையுடன் கூடிய உயர்தர விடியோ காட்சிகளை பதிவு செய்யும் 5டி காமிராக்களில் சில பாதக அம்சங்களும் உள்ளன.

அவற்றில் முக்கியமானவை :

மோயர் (Moire): கோடுகள் நிறைந்த கட்டிடங்களையோ அல்லது ஆடைகளையோ படமாக்கும்போது, அதை 5டி காமிராக்கள் சரியாக பதிவாக்காமல் “அலை” போன்று படமாக்குகிறது. இதை “மோயர் எபக்ட்” (Moire effect) என்பார்கள்.

தீர்வு :

- கவனமான கோணங்களில் படமாக்குவது. அல்லது, கோடுகள் நிறைந்த பதிவை தவிர்ப்பது.
- வைட் லென்ஸுக்கு பதிலாக டெலி லென்ஸ்சை பயன்படுத்துவது.

மோஷன் ப்ளர் (Motion blur): காமிராவை அகலவாக்கில் நகர்த்தும்போது (Panning) காட்சிகளில் தெளிவில்லாத தன்மை (மோஷன் ப்ளர்) 5டி மார்க் II காமிராவில் பொதுவாக வரும் பிரச்சினை.

தீர்வு :

- நகர்த்தல் வேகத்தை (Panning) கொஞ்சம் குறைக்கலாம்.
- 5டி காமிராவைக் கொண்டு வெளிப்புறத்தில் படமாக்கும்போது ஒரு ஃபிரேமில் ஒளி அளவு பல அளவுகளில் இருந்தால், அதிக வெளிச்சப்பகுதி சரியாக பதிவாவதில்லை.
- இக்காமிரா குறைந்த ஒளி அகலாங்கு (Exposure latitude) உள்ளதால் இவற்றை கவனமாக கையாள வேண்டும்.

காட்சி துண்டிக்கப்படுவது (Cropped image):

5டி காமிராவில் உள்ள திரவ படிக திரை உள்ள காட்சி விகிதம் 16x9 ஆனால் திரைப்படமானது 1.2.35 காட்சி விகித அளவு கொண்டது. அதனால் திரவ படிக திரையில் பார்த்தவாறே பதிவு செய்தால் திரையரங்குகளில் காட்சியில் அகலவாக்கில் மேல் பகுதியோ அல்லது கீழ்ப் பகுதியோ துண்டிக்கப்பட வாய்ப்பு உள்ளது.

தீர்வு:

- திரவ படிக திரையில் இரண்டு செ.மீ. அளவிற்கு திரையில் மேல் மற்றும் கீழ் பகுதியில் கோடிட்டு அதற்குள் காட்சியை பதிவு செய்ய வேண்டும்.
- குறைந்த செலவில் உயர்ரக விடியோ காட்சிகளை படமாக்கும்

திறன் கொண்ட 5டி மார்க் II காமிராவின் வரவால் பெரிதும் பயன்பெற்றது திரைப்படத்துறை மட்டுமல்ல. குறும்பட மற்றும் ஆவணப் படங்களும் (தரம் மற்றும் எண்ணிக்கையில்) இக்காமிராவால் பெரும் வளர்ச்சி அடைந்துள்ளன.

கேனான் 5டி மார்க் III

## Canon 5D Mark III

கேனான் 5டி மார்க் II காமிராவின் இமாலய வெற்றி யாருமே எதிர்பாராதது. திரைப்படத் தயாரிப்பில் பல லட்சங்களையும், பொன்னான படப்பிடிப்பு நேரத்தையும் மிச்சப்படுத்தியது.

கேனான் 5டி மார்க் II காமிராவில் எண்ணற்ற பயன்கள் இருந்தாலும், கூடவே திரைப்பட ஒளிப்பதிவாளர்கள் அதனுடைய சில பாதக அம்சங்களைப் பற்றி குறை கூறிக் கொண்டே இருந்தனர். ஆனாலும் இக்காமிராவின் பயன்பாடு திரைப்படங்களில் இன்றளவும் தொடர்கிறது.

இச்சூழலில் திரைப்பட தொழில்நுட்பக் கலைஞர்கள் கேனான் நிறுவனத்திடம் கேனான் 5டி மார்க் II காமிராவிற்கு பிறகு திரைப்பட ஒளிப்பதிவிற்கு ஏற்றவாறு ஒரு மேம்பட்ட புதிய காமிராவை எதிர்நோக்கிக் காத்திருந்தனர்.

கேனான் நிறுவனம் தனது 75வது ஆண்டு சாதனையைக் கொண்டாடும் விதமாக கேனான் 5டி மார்க் III காமிராவை 2012 ஆண்டு மார்ச் மாதம் அறிமுகப்படுத்தியது.

## கேனான் 5டி - மார்க் III காமிராவின் சிறப்பம்சங்கள்

மிகவும் திறன் வாய்ந்த ∴புல் ஹெச்.டி. காட்சிகளைப் பதிவு செய்யும் 22.3 மெகா பிக்சல் சென்சார் (சிமோஸ்) கொண்டது. 5டி மார்க் II சென்சாரை விட கொஞ்சம் அதிகமான ஆற்றல் வாய்ந்தது.

இந்த சென்சாரின் அளவும் செயல்பாடும் "சினிமாடிக் லுக்" (Cinematic look) கொண்ட காட்சிகளைப் பதிவு செய்ய உதவும்.

கேனான் 5டி - மார்க் III காமிரா புதிய டிஜிக் V ப்ராஸசர் (Digic V Processor) பயன்படுத்துகிறது. சென்சாரிலிருந்து வரும் காட்சிகளின் செய்திகளை மிகத் துல்லியமாகவும் வேகமாகவும் மெமரி காட்டில் பதிவு செய்யவல்லது.

டிஜிக் V காட்சிகளின் தகவல்களின் குறியாக்கமான கோடக் இதில் ஹெச்.264 போக கூடுதலாக ஏ.எல்.எல். - ஐ.பி.பி. (All- IPB) யை வழங்குகிறது. இவை படத்தொகுப்புக்கு மட்டுமே பயன்படும். மற்றபடி இரண்டு கோடக்குகளும் ஒன்றுதான்.

5டி - மார்க் II விலிருந்த "மோயர்" (Moire) பிரச்சினை, 5டி - மார்க் III காமிராவில் டிஜிக் V ப்ராஸசர் மூலம் நீக்கப்பட்டுவிட்டது. அதனால் நெருக்கமான கோடுகள் கொண்ட அமைப்புகளான (Patterns) கட்டிடம், ஆடைகள் ஆகியவற்றை பதிவு செய்யலாம்.

ஐ.எஸ்.ஓ. எண் நிலைகள் 100 - 10,400 வரை வடிவமைக்கப்பட்டுள்ளது.

காட்சிகளைப் பதிவு செய்ய இக்காமிராவில் இரண்டு சி.எ.∴ப். (Compact flash card) மற்றும் எஸ்.டி. (SD) கார்ட் பயன்படுத்தும் வசதி செய்யப்பட்டுள்ளது.

∴புல் ஹெச்.டி. தரத்தோடு 24 ∴பிரேம்களை பதிவு செய்யும் வசதியோடு கூடுதலாக நொடிக்கு 60 ∴பிரேம்களை (Slow motion) பதிவு செய்யும் (720p) தன்மை ஆகியன 5டி - மார்க் III காமிராவின் மேம்பட்ட அம்சங்களாகும்.

5டி மார்க் III காமிராவின் தொழில்நுட்ப விவரக்குறிப்புகள்

- வகை - டி.எஸ்.எல்.ஆர். (DSLR)
- சென்சார் - 36x24 எம்.எம் சி.மோஸ்.
- பிக்சல் - 22.3 மெகா பிக்சல் (22.3 mega pixel)
- லென்ஸ் மவுண்ட் - மாற்றும் வகை
- ரெசல்யூஷன் - 1920x1080
- ஐ.எஸ்.ஓ. - 100 -6400
- மெமரி கார்ட் வகை - இரண்டு சி.எஃப். கார்டுகள் /ஒரு எஸ்.டி. கார்ட்
- எடை - 810 கிராம்
- திரை - திரவ படிகம் (LCD) 3.2 இன்ச் அளவு
- பவர் - லி - லான் எல்.பி - இ-6 (Li-Lon LP- E6)
- தயாரிப்பு - ஜப்பான்

5டி மார்க் III வகை காமிரா செயல்பாடு - புகைப்பட விளக்கம்

5டி மார்க் II புகைப்பட செயல்பாடு பார்க்கவும்.

இக்காமிராவில் விடியோ காட்சிகளை பதிவு செய்யும் ஆன்/ஆஃப் ஸ்விட்ச் மட்டுமே வேறுபடுகிறது.

5டி மார்க் III காமிராவின் பாதக அம்சங்கள்

சில முக்கிய நுட்பங்கள் மேம்பட்டாலும் 5டி மார்க் III காமிராவின் விலை நிர்ணயம் அதிகம்.

காட்சிப்பதிவிற்கு மிகவும் முக்கியமான அம்சமான ரெசல்யூஷனிலோ / கோடக்கிலோ 5டி மார்க் II வை விட இந்த புதிய காமிராவில் எந்த முன்னேற்றமும் இல்லாதது ஏமாற்றம் அளிக்கிறது.

கேனான் 4கே டி.எஸ்.எல்.ஆர். சினி காமிரா

## Canon 4k DSLR Cine Camera

கேனான் ஈ.ஓ.எஸ். 1டிசி (Canon EOS 1DC)

கேனான் சினி காமிராக்களை அறிமுகப்படுத்தியதில் முக்கியமானது "கேனான் 1டிசி". இது தான் உலகின் முதல் டி.எஸ்.எல்.ஆர். காமிரா (DSLR). 4கே (4096 x 2160 பிக்சல்) ரெசல்யூஷனில் காட்சிகளைப் பதிவு செய்யவல்லது.

### சிறப்பம்சம்

கேனான் 1டிசி 18.1 மெகா பிக்சல் திறன் கொண்ட ∴புல் ∴பிரேம் சென்சாரை பயன்படுத்துகிறது.

இக்காமிரா 4கே ரெசல்யூஷனில் பதிவு செய்வது, இதனை அதிநவீன சினிமா காமிரா வரிசையில் சேர்க்கிறது.

சென்சார் முழு ∴பிரேம் அளவு (Full frame) கொண்டது என்றாலும் காட்சிகளை 4கே வில் பதிவு செய்யும் போது சென்சார் கொஞ்சம் தன் அளவை சுருக்கிக் கொள்கிறது (Cropped view).

கேனான் 1டிசி காமிராவின் "சென்சார்" மிகக் குறைந்த ஒளியிலும் சிறப்பாக பதிவு செய்யும் தன்மையுடன் தயாரிக்கப்பட்டுள்ளது.

ஐ.எஸ்.ஓ. 50 லிருந்து 204800 வரை உள்ளது.

திரைப்படக் காட்சிப்பதிவிற்கு 100-5000 வரை செயல்பாடு நன்றாகவே உள்ளது.

கேனான் 1டிசி சிறப்பு வாய்ந்த இரட்டை டிஜிக் V ப்ராஸசர்களை பயன்படுத்துகிறது. அதனால் 4கே காட்சிகளை சிறப்பாக காம்பேக்ட் மெமரி கார்டில் பதிவு செய்ய உதவுகிறது.

இதில் 4கே காட்சிகளின் தகவல்களாக மோஷன் ஜெபெக் (Motion JPEG) கோடக்குகளை பயன்படுத்துகிறது.

இவ்வகை ப்ராஸசர்களால் டிஜிட்டல் காமிராவில் பதிவு செய்யப்படும் காட்சிகளில் தென்படும் "மோஷன் ப்ளர்" (Motion blur) முற்றிலும் அகற்றப்படுகிறது.

கேனான் 1டிசி காமிராவில் உள்ள சிறப்பமைப்புகளில் ஒன்று "கேனான் லாக்" (Canon log). இந்த அமைப்பின் மூலம் பதிவு செய்யும் காட்சிகளில் ஒளி அகலாங்கு (Exposure latitude) விரிவாக கிடைக்க வாய்ப்பளிக்கிறது. ஆதலால் உட்புறக் காட்சியையும் / வெளிப்புறக் காட்சியையும் ஒருசேர பதிவு செய்யும் போது ஏற்படும் பிரச்சினை குறைகிறது.

முக்கிய குறிப்பு :

"ரா" ∴பைல்கள் போல கேனான் லாக் முறையை பயன்படுத்தி எடுக்கும் காட்சிகள் கொஞ்சம் நிறத்தன்மையற்றது போல் காட்சியளிக்கும். ஆனால் நிறத்தேர்வு மையத்தில் (DI) சிறப்பாக செயல்பட உதவும்.

கேனான் 1டிசி காமிரா தகவல்கள்

- வகை - சினிமா டி.எஸ்.எல்.ஆர். (DSLR)
- சென்சார் - 36X24 எம்.எம்.
- பிக்சல் - 18.1 மெகா பிக்சல் சி.மோஸ். (18.1 mega pixel)
- லென்ஸ் மவுண்ட் - மாற்றும் வகை EF
- ரெசல்யூஷன் - 4096x2160 - 4கே (4k)

- ஐ.எஸ்.ஒ. - 50 - 51,200
- மெமரி கார்ட் வகை - இரட்டை காம்பேக்ட் கார்ட் வசதி
- எடை - 1.5 கிலோகிராம்
- திரை - உயரிய 3.2 இன்ச் அளவு திரவ படிக திரை
- பவர் - பாட்டரி எல்.பி - இ4 என் (LP- E4N)
- தயாரிப்பு - ஜப்பான்

கேனான் 1 டிசி

காட்சிபதிவு நேரம்/கார்ட் கொள்ளளவு அட்டவணை

ரெக்கார்டிங் அளவு மெமரி கார்டுகள் - சி. எ.ஃ.ப்

| 4கே - 24FPS | 4ஜிபி | 32ஜிபி | 128ஜிபி |
|---|---|---|---|
| பதிவாகும் நேரம் | 1 நிமிடம் | 8 நிமிடங்கள் | 32 நிமிடங்கள் |

பின் தயாரிப்பு (post-production) வேலை குறிப்பு

இக்காமிராவில் பதிவு செய்யப்பட்ட காட்சிகளை, "காம்பேக்ட் ஃப்ளாஷ் கார்டில்" உள்ள தகவல்களை கார்ட் ரீடர் மூலம் சுலபமாக கணினியில் நகலெடுக்கலாம். அதை அப்படியே ஹார்ட் டிஸ்க் டிரைவுக்கும் நகலெடுக்கலாம். ஆனால் கணினியிலோ அல்லது படத்தொகுப்பின் போதோ இக்காமிராவில் பதிவு செய்யப்பட்ட காட்சிகளை ப்ளே பேக் (Play back) செய்ய "கேனான் யுடிலிட்டி" (Canon utility software) மென்பொருளை பதிவிறக்கம் (Download) செய்ய வேண்டும்.

கேனான் யுடிலிட்டி மென்பொருளான ஈ.ஒ.எஸ். ப்ளேயர் (EOS movie player) கொண்டு 4கே காட்சிகளை இயல்பாக பார்க்கலாம்.

### கேனான் 1 டிசி சிறப்பு ஐ.எஸ்.ஓ. (Native ISO)

ஒவ்வொரு காமிராவுக்கும் அதற்கென ஒரு தனித்தன்மையான சிறப்பு ஐ.எஸ்.ஓ. உண்டு (Native ISO). இந்த குறிப்பிட்ட ஐ.எஸ்.ஓ. கொண்டு பதிவு செய்தால் காட்சிகளின் தரம் சிறப்பாக இருக்கும்.

டிஜிட்டல் சினிமா காமிராக்களில் தற்போது அக்குறிப்பிட்ட ஐ.எஸ்.ஓ. கொண்டு காட்சி பதிவு செய்தால் மிகவும் தரமாகவும் அக்காமிராவின் முழு திறனையும் அளிக்கும்.

அப்படி கேனான் 1டிசி காமிராவின் சிறப்பு ஐ.எஸ்.ஓ. (Native ISO)-400.

### இக்காமிராவின் பாதக அம்சம்

கேனான் 1டிசி காமிரா 4கே ரெசல்யூஷனில் பதிவு செய்தாலும் அதனுடைய கோடக் (மோஷன் ஜெபெக்) சுருக்க வடிவமாகும். ஆதலால் நிறத்தேர்வு மையத்தில் "ரா ∴பைல்கள்" போல சிறப்பாக செயல்பட முடியாது.

பகுதி - 5

கேனான் சினிமா ஈ.ஓ.எஸ். காமிராக்கள்

பகுதி - 5

# கேனான் சினிமா ஈ.ஓ.எஸ். காமிராக்கள்

# Canon Cinema E.O.S. cameras

## கேனான் சி-300

## Canon C-300

5டி மார்க் 2 காமிராவின் வெற்றியைத் தொடர்ந்து, கேனான் நிறுவனம் டிஜிட்டல் சினிமா ஒளிப்பதிவு காமிராவை தயாரிக்க முனைந்தது. அதற்காக ஹாலிவுட்டின் தலைசிறந்த ஒளிப்பதிவாளர்கள், படத்தொகுப்பாளர்கள், இயக்குநர்களிடம் ஆய்வு நடத்தியது. அவர்களின் எதிர்பார்ப்பை நிறைவேற்றும் வகையில் சிறந்த நிபுணர்களைக் கொண்டு வடிவமைத்து 2012ம் ஆண்டு கேனான் சி-300 காமிராவை வெளியிட்டது.

ஹாலிவுட்டின் வாழும் சாதனையாளராக கருதப்படும் இயக்குநர் மார்ட்டின் ஸ்கார்சே (Martin Scorssece) கேனான் சினிமா காமிராக்களை பாராட்டியது பலரையும் ஆச்சர்யப்படுத்தியது. ஏனென்றால் அவர் தனது ஹியூகோ (Hugo) திரைப்படம் வரை ஃபிலிம் பயன்படுத்தியே படங்களை தயாரித்து இயக்கினார்.

கேனான் சி-300 காமிராவின் சிறப்பம்சங்கள்

சூப்பர் 35 எம்.எம். அளவு நிர்ணயம் கொண்ட புதுவகையான

கேனான் சி.மோஸ் சென்சார் 24.4x13.5 அளவில் செயல்பட வடிவமைக்கப்பட்டுள்ளது. இது டிஜிட்டல் இமேஜிங்கிற்கு முக்கியமான மின் ஒளி சக்தியாக மாற்றம் செய்ய 3840x2160 ∴போட்டோ சைட்டுகளை (Photo sites) பயன்படுத்துகிறது. ஒவ்வொரு ∴போட்டோ சைட்டிலும் 6.4x6.4 மைக்ரோமீட்டர்கள் உள்ளன. ஒளியிருமுனையத்திற்கு (Photo diode) ஒளி பரிமாற்றம் சிறப்பாக செய்ய உதவுகிறது.

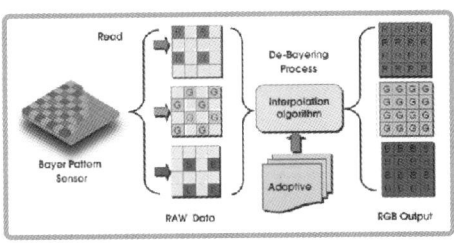

அதோடு, மிக முக்கியமான தனிப்பட்ட சிவப்பு, பச்சை, நீல நிற (RGB) தகவல்களை எந்த சுருக்கமுமில்லாமல் (De-Bayering) விடியோ கூறுகளை வழங்குகிறது. விடியோ கூறுகள் ஒவ்வொரு நிறத்திற்கு 1920x1080 ரெசல்யூஷன்களில் மாதிரி கட்டமைப்பை கொண்டுள்ளது.

அதனால் காட்சி பதிவின் போது சிறந்த நிறத்தன்மையும், ஒளி அகலாங்கும் (Exposure latitude) கிடைக்கிறது. இக்காமிரா டிஜிக் டிவி III ப்ராஸசர் - எந்த ∴பிரேம் வேகத்திலும் (60 FPS) சிறப்பாக செயல்படும் தன்மையுடன் வடிவமைக்கப்பட்டதால் அதிக ∴பிரேம்களில் படமாக்கும்போது குறைந்த ஒளியில் காட்சி பதிவு செய்யும் சிறந்த தொழில்நுட்ப வடிவமாகும். டிஜிக் டிவி. III ப்ராஸசர் - சென்சாரிலிருந்து வரும் தகவல்கள் மூன்று தடங்களாக செய்திகளை வடிவமைக்கும் பணி செய்கிறது. அதனால் 4கே ரெசல்யூஷனில் பதிவு செய்வதற்கு இணையான தகவல்கள் கிடைக்கும். சி-300 காமிரா எக்ஸ்.எ∴ப். (XF) கோடக் பயன்படுத்துகிறது.

கேனான் புகுபதிகை (Log mode) முறை

கேனான் சி-300 காமிராவின் சிறப்பு, காட்சிகளை கேனான் புகுபதிகை (log) முறையில் பதிவு செய்வது. இம்முறையில் பதிவு செய்யும்போது ∴பிலிம் பதிவின்போது செயல்படும் முறையையும் ஒளிப்பதிவாளர்கள் கையாளலாம்.

உதாரணம் : லைட் மீட்டர்களை பயன்படுத்தி ஒளி அளவை நிர்ணயம் செய்வது.

கேனான் புகுபதிகை முறையானது - டிஜிக் டிவி. III ஆர்.ஜி.பி. (RGB) விடியோவை தொடரற்ற (Non-linear) பரிமாற்றம் செய்யும் வகையில் வடிவமைக்கப்பட்டுள்ளது. கேனான் புகுபதிகை முறையில் பதிவு செய்யப்பட்ட காட்சிகள் நிறத்தேர்வு மையத்தில் (DI suite) அருமையான நிறத்தன்மை மற்றும் ஒளி அளவுகோல்களை கட்டுப்படுத்தும் வாய்ப்பும் பெறுகிறது.

கேனான் சி-300 காமிராவின் எடை 1.5கிலோவிற்கும் குறைவானது. எளிதாக கையடக்கமாக (hand held) காமிராவை இயக்க முடியும். அதே போல அதிக எடையுள்ள காமிராக்களில் இருக்கும் உறுதியும் இக்காமிராவின் சிறப்பாகும்.

காமிராவின் திரையானது 1.23 மெகா பிக்சல் அமைப்பு கொண்டது. அதை எந்த திசைக்கும் (135டிகிரி (degree) இடது அல்லது வலது) திருப்பிக் கொள்ளவும் மற்றும் தனியே கழற்றிக் கொள்ளவும் வசதியுள்ளது. காமிரா இயக்க தகவல்கள் (Control panel) திரை மூலம் செயல்படுத்தலாம். இக்காமிராவில் எலக்ட்ரானிக் வ்யூ ஃபைண்டர் வசதியும் (Electronic view finder) உள்ளது.

காட்சிப்பதிவின் போது அதிக சூரிய ஒளி இருந்தால் அதை கட்டுப்படுத்த காமிரா லென்ஸுக்கு முன்னால் என்.டி. ஃபில்டர் (ND Filter) பயன்படுத்த நேரிடும். ஆனால் கேனான் சி-300 காமிராவில் உட்புறத்திலேயே என்.டி. ஃபில்டர் (Built-in ND) உள்ளது.

காமிராவின் உட்புறத்தில் குளிர்விப்பு வசதியும் உள்ளது.அது காமிரா இயக்கத்தால் வரும் வெப்பக்காற்றை மூன்று காற்றோட்டத் துளைகள் மூலம் வெளியே அனுப்புகிறது.

கேனான் சி-300 காமிரா காட்சிகளை காம்பேக்ட் ஃப்ளாஷ் மெமரி கார்டில் இரண்டு தளங்களில் (Dual slots) பதிவு செய்கிறது. இக்கார்டுகள் மிகவும் விலை குறைவானவை. இரண்டு சி.எ.ஃப். கார்டுகள் மூலம் ஏறத்தாழ இரண்டு மணி நேரம் பதிவு செய்யலாம். இக்காமிரா கொண்டு ஒரே நேரத்தில் ஒரே காட்சியை இரண்டு கார்டுகளில் பதிவு செய்யலாம்.

கேனான் சி-300 காட்சி தகவல்களில் உள்ள கேனான் புகுபதிகை ஃபைல்களை (Files) மிக எளிதாக 10 பிட் சினியானாக (10 bit-cineon) மாற்றப்படுகிறது. இவை பொதுவாக பின் தயாரிப்பு பணிகளில் (Post-production) ஏற்றுக் கொள்ளப்படும் தரக் கோட்பாடு ஆகும். இக்காமிரா சரியாக 24 ஃபிரேம்களில் பதிவு செய்வதால் படத்தொகுப்புக்கு ஏற்றவாறு மாற்ற வேண்டியதில்லை. படத்தொகுப்பு

பணிக்கு பயன்படும் முன்னனி மென்பொருட்களான அடோப் (Adobe), ஆப்பிள் (Apple), ஆவிட் (Avid) ஆகியவற்றிற்கு சி-300 காட்சி ∴பைல்களுக்கான சொருகு பயன்பாடுகள் (Plug-ins) உள்ளன.

ஒலியமைப்பு - இக்காமிராவின் உட்புறம் 3.5 எம்.எம். மைக்ரோ.∴போன் (Microphone) கொண்டுள்ளது. ஒலி (Sound) வடிவம் எந்த சுருக்கமுமில்லாமல் 16 பிட் பதிவு தரத்தில் பதிவு செய்யப்படுகிறது. மிகத்தரமான ஒலிப்பதிவும் கிடைக்கும்.

கேனான் சி-300 புதிய தொழில்நுட்ப வசதியை கொடுக்கிறது. இக்காமிராவை ஆன்ட்ராய்ட் (Android) தொழில்நுட்பம் மூலம் ஆப்பிள் ஐ ∴போன், ஐ பேட் கொண்டும் இயக்கலாம்.

கேனான் சி-300 இரண்டு மாடல்களில் தயாரிக்கப்படுகிறது. ஒன்று இ.எ.∴ப். மவுண்ட் கொண்ட காமிரா, மற்றொன்று பி.எல்.மவுண்ட் கொண்ட காமிராவாகும்.

கேனான் சி-300 தொழில்நுட்ப தகவல்கள்

- வகை - டிஜிட்டல் சினிமா காமிரா
- சென்சார் - 8.3 மெகா பிக்சல் / 3840x2160 / சூப்பர் 35எம்.எம். சிமோஸ்
- லென்ஸ் மவுண்ட் - இ.எ.∴ப். EF/ பி.எல் PL
- ரெசல்யூஷன் - 1920x1080 பிக்சல்ஸ்
- கோடக் - எம்.எக்ஸ்.எ.∴ப். (MXF)
- ஐ.எஸ்.ஓ. - 320 - 20,000
- ∴ப்ரேம் வேகம் - 1-30 (1080 P) / 1-60 (720 P)
- மெமரி கார்ட் வகை - காம்பேக்ட் ∴ப்ளாஷ் கார்ட் இரண்டு தளங்களில் (Dual slot)
- எடை - 1.4 கிலோகிராம்
- ஒலி - எக்ஸ்.எல்.ஆர். (XLR Audio input) 2 தளம்- 2 channel 3.5 எம்.எம். மைக்ரோ.∴போன்
- திரை - 4 இன்ச் 1.23 மெகா பிக்சல் திரை (4 inch 1.23 MP Monitor)
- பவர் - பாட்டரி கேனான் பி.பி-955 (BP-955)
- இக்காமிராவின் (சி-300) சிறப்பு ஐ.எஸ்.ஓ. (Native ISO) - 850

## கேனான் சி-300 இயக்கம் புகைப்படங்களுடன்

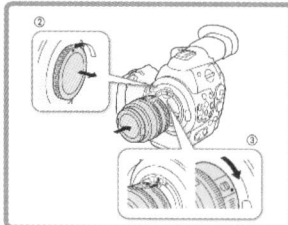

காமிராவின் முன்புறத்தில் இருக்கும் லென்ஸ் மவுண்ட் மேல் இருக்கும் சிவப்பு புள்ளியையும் லென்ஸில் இருக்கும் சிவப்பு புள்ளியையும் நேர்க்கோட்டில் வைத்து கடிகார வாக்கில் திருகவும்.

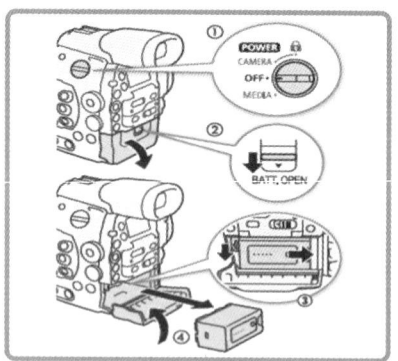

காமிராவின் பின்புறம் "பாட்டரி" என்று பெயரிடப்பட்டுள்ள இடத்தில் அழுத்தி திருகவும்.

பாட்டரியை அப்படியே வைத்து பின் பாட்டரி கதவை மூடவும்.

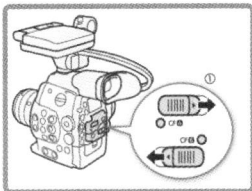

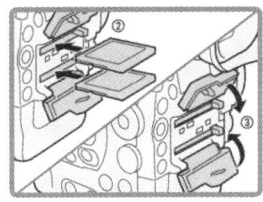

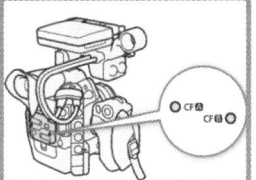

காமிரா பின்புறம் மெமரிகார்ட் செலுத்த இரண்டு அறைகள் உள்ளன. லாக் பொத்தானை அழுத்தி திறக்கவும்.

மெமரி கார்டுகளை உள்ளே செலுத்தவும்.

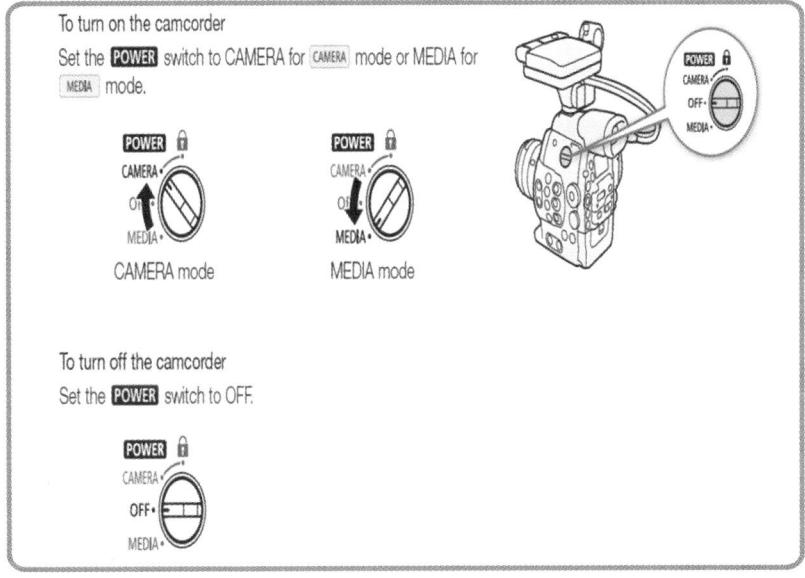

To turn on the camcorder

Set the POWER switch to CAMERA for CAMERA mode or MEDIA for MEDIA mode.

CAMERA mode

MEDIA mode

To turn off the camcorder

Set the POWER switch to OFF.

**காமிராவின் இடது பக்கவாட்டில் காமிரா ஆன் /ஆ.ஃ.ப் ஸ்விட்ச் உள்ளது.**

4 இஞ்ச் திரையை காமிரா மேல்தளத்தில் ஹாட் ஷு(Hot shoe) என்ற இடத்தில் சொருக வேண்டும். பிறகு திரை கேபிள் இ.எக்ஸ். 1 & இ.எக்ஸ். 2 இணைக்க வேண்டும்.

காமிராவை ஆன் செய்தவுடன் "திரையில்" காமிரா தகவல்களை பதிக்க "மெனு" பொத்தானை அழுத்தவேண்டும். இந்த பொத்தான் காமிரா உடலிலும்/ மானிட்டர் திரை தளத்திலும் (Panel) உள்ளது.

அப்ரேட்சர் தீர்மானம் செய்ய காமிராவின் இடது பக்கவாட்டில் கீழே உள்ள சிறிய திருகும் சக்கரத்தை திருகி அப்ரேட்சர் எண்ணை மாற்றலாம்.

ஐ.எஸ்.ஓ / ஒயிட் பாலன்ஸ் / ஷட்டர் ஆகியவற்றை தீர்மானம் செய்ய காமிரா பின்புறத்தில் மெமரி கார்ட் அறை மேலே உள்ள "∴ பங் ஷன்" (Function) பொத்தானை அழுத்தி, மானிட்டர் திரையில் செய்திகளை பார்த்தவாறே மானிட்டர் தளத்தில் உள்ள ஜாய் ஸ்டிக் (Joy stick) பொத்தானை சுழற்றி நமக்கு வேண்டிய நுட்பங்களை நிறைவேற்றிக் கொள்ளலாம்.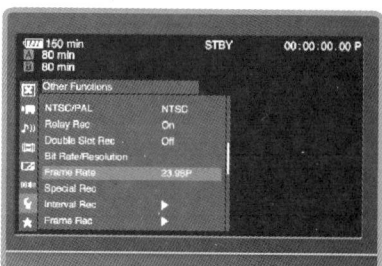

காமிரா ரெக்கார்டிங் பொத்தான்

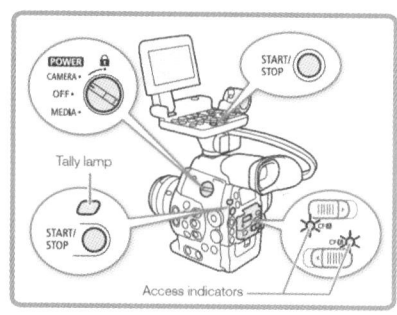

காமிரா முன்புறம் / பின்புறம் / மானிட்டர் தளம் எங்கு வேண்டுமானாலும் ஒரு முறை அழுத்தினால் காட்சி பதிவு செய்கிறது. மறுமுறை அழுத்தினால் "காட்சி பதிவு" நின்று விடுகிறது.

அதிக ஒளியிருந்தால் என்.டி. மூலம் கட்டுப்படுத்த காமிராவின் முன் இடது பக்கவாட்டில் என்.டி. (ND) பொத்தான் உள்ளது. அதை அழுத்தி ஒளியின் அளவை வடிகட்டலாம்.

கேனான் சி-300 சினிமா காமிரா ஒரு அற்புதமான வரவு. இப்போது பல நாடுகளில் இதன் புகழ் பரவ தொடங்கியுள்ளது.

இக்காமிராவின் வெற்றி மிகத் தரமான காட்சிகளை ∴புல் ஹெச்.டி. (Full HD) தரத்தில் பதிவு செய்வதால் மிக எளிதாக பின்தயாரிப்பு பணிகளை செய்ய முடியும். இந்த காமிராவில் உயரிய தரத்தில் காட்சிகளை படமாக்கினாலும், அதிக தகவல்களுக்கான இடத்தை நிரப்புவதில்லை. அதனால் பின் தயாரிப்பு பணிகள் வேகமாக நடைபெற உதவுகிறது.

## கேனான் ஈ.ஓ.எஸ் சி-500

## Canon E.O.S. C-500

கேனான் சி-500 சினிமா காமிராவானது கேனான் சி-300 காமிராவின் மேம்பட்ட வடிவமாகும். அதேபோல 4கே ரெசல்யூஷனிலும் “ரா ஃபைல்களாக” தயாரிக்கப்படும் கேனானின் முதல் சினிமா காமிரா.

### கேனான் சி-500 காமிராவின் சிறப்பம்சங்கள்

இக்காமிராவின் சென்சாரானது சூப்பர் 35 எம்.எம். மோஷன் பிக்சர் படத்தின் தரத்தின் மாதிரியாக வடிவமைக்கப்பட்டுள்ளது. 8.8 மெகா பிக்சல் சி.மோஸ் கேனான் சென்சாரானது 4096x2160 ரெசல்யூஷனில் எந்த வித சுருக்கமில்லாமலும் (De-bayering) அதன் முழு அலைவரிசையை தனிப்பட்ட சிவப்பு, பச்சை, நீல நிறக்கூறுகளாக வழங்குகிறது.

கேனான் சி-500 “ரா ஃபைல்கள்” (raw files) 4கே (4096x2160 பிக்சல்கள்) 10 பிட் ரேட் வண்ணத்தில் எந்த வித இழப்புமின்றி காமிராவில் உள்ள 3ஜி-எஸ்.டி.ஐ. (3G-SDI) வெளியீடு மூலமாக கேபிள் வழியாக தனியாக “ரெக்கார்டர்” (External recorder) கொண்டு காட்சிகள் பதிவாகிறது.

கேனான் சி-500 காமிராவிற்கென்று 4கே ரெசல்யூஷனில்

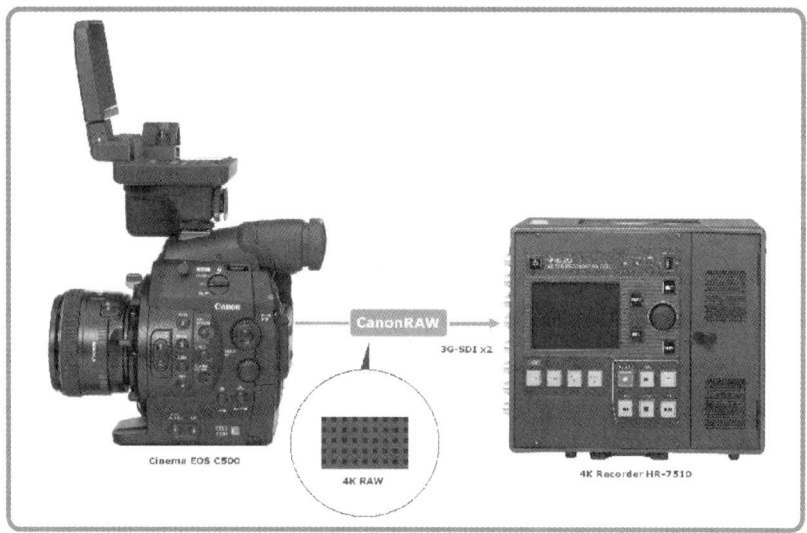

காட்சிகளை பதிவு செய்வதற்கு பிரத்தியேகமாக சில நிறுவனங்கள் கேனானின் அனுமதி பெற்று வெளி ரெக்கார்டர்களை தயாரித்துள்ளது.

ரெக்கார்டர்கள் பெயர்ப்பட்டியல்

- ஆஜா கி ப்ரோ க்வாட் (AJA ki pro quad)
- கோடக்ஸ் (Codex)
- ஜெமினி கன்வெர்ஜண்ட் டிசைன் (Gemini convergent design)
- ஆஸ்ட்ரோ (ASTRO HR - 7510)

மேலே குறிப்பிட்ட ஏதேனும் ஒரு ரெக்கார்ட் வைத்து 3ஜி-எஸ்.டி.ஐ. கேபிள் மூலமாக காமிராவிற்கு (கேனான் சி-500) இணைப்பு ஏற்படுத்தி 4கே / 2கே ரெசல்யூஷனில் பதிவு செய்யலாம்.

ரெக்கார்டர்கள் மூலம் காட்சி பதிவு ஆன் / ஆ.ஃப் மற்றும் பதிவு செய்தவற்றை மீண்டும் பார்ப்பது, படத்தொகுப்பிற்கு ஏற்றவாறு காட்சிகளை வடிவமைப்பது ஆகிய பணிகள் செய்யலாம்.

கேனான் சி-500 காமிராவில் காம்பேக்ட் கார்டுகளிலும் பதிவு செய்யலாம். ஆனால் 1920x1080 ரெசல்யூஷனில் மட்டுமே காட்சிகளை பதிவு செய்ய முடியும். காமிராவில் உள்ள மெமரி கார்டில் 4கே பதிவு செய்ய முடியாது.

வெளியே ரெக்கார்டர்களை பயன்படுத்தி 4கே ரெசல்யூஷனில்

காட்சிப்பதிவு செய்யும்போது காமிராவில் உள்ள மெமரி கார்டிலும் குறைந்த ரெசல்யூஷனில் அதே காட்சி பதிவு செய்யலாம். அதை படத்தொகுப்பிற்கு பயன்படுத்தலாம்.

மற்றபடி, கேனான் சி-500 காமிராவானது வடிவமைப்பு, ப்ராஸசர், காமிரா இயக்கும் முறை ஆகியவை ஏறத்தாழ சி-300 போலவே தயாரிக்கப்பட்டுள்ளது.

கேனான் சி-500 காமிராக்கள் இரண்டு வகைகளாக தயாரிக்கப்படுகிறது. ஒன்று இ.எ•.ப். மவுண்ட், மற்றொன்று பி.எல். மவுண்ட்.

கேனான் சி-500 காமிரா தகவல்கள்

- வகை - டிஜிட்டல் சினிமா காமிரா
- சென்சார் - 8.8மெகா பிக்சல் சூப்பர் 35எம்.எம். சி.மோஸ் சென்சார்
- ரெசல்யூஷன் - 4096x2160
- ஐ.எஸ்.ஓ. - 320 - 20,000
- லென்ஸ் மவுண்ட் - இ.எ•.ப். / பி.எல்.
- மெமரி கார்ட் வகை - இரட்டை காம்பேக்ட் கார்ட் வசதி (1920x1080)
- எக்ஸ்டெர்னல் ரெக்கார்டர் மூலம் - 4கே பதிவு.
- பாட்டரி - பி.பி - 9 (BP- 9 series)
- வெளியேற்ற தளம் (External port) - 3ஜி.எஸ்.டி.ஐ. (3G SDI)
- காமிரா / மானிட்டர் எடை - 2.7 கிலோகிராம்.

கேனான் சி-500 காமிரா கொண்டு பதிவு செய்யப்படும் காட்சிகள் மிகவும் சிறந்த நிறத்தன்மையுடனும் திகழ்கிறது. கேனான் சி-500 காமிரா முதல்தரமானது.

★★★

பகுதி - 6

ரெட் - சினிமா காமிராக்கள்

# பகுதி - 6

## ரெட் - சினிமா காமிராக்கள்

## Red Cinema Cameras

சினிமா காமிராக்களின் சரித்திரத்தை வருங்காலத்தில் புரட்டினால் அது நிச்சயமாக ரெட் காமிரா வருகைக்கு முன்/பின் என்றே பிரிக்கப்படும்.

ரெட் சினிமா காமிரா வருகை ஒரு பெரிய தொழில்நுட்ப சகாப்தத்தை நிகழ்த்தியது. அதனுடைய கனவு 2005ல் தொடங்கி, 2007ல் நனவாகியது. 2007ம் ஆண்டு ஆகஸ்ட் மாதம், முதல் ரெட் காமிரா வெளிவந்தது.

ரெட் காமிரா வெளிவந்தவுடன் ஹாலிவுட்டின் தலைசிறந்த இயக்குநர்களான "பீட்டர் ஜான்சன்", "ஸ்டீவன் சோடன்பர்க்" ஆகியோர் உடனடியாக உபயோகித்து வெற்றியும் பெற்றனர்.

ரெட் காமிராவின் வருகைக்கு முன்னர் எந்த டிஜிட்டல் ஒளிப்பதிவு காமிரா அறிமுகமானாலும் ∴பிலிம் காமிராவுடன் ஒப்பிட்டு அதை நிராகரித்தே வந்தனர். ரெட் காமிரா ∴பிலிமை விட அதிக ரெசல்யூஷனில் காட்சிப்பதிவு செய்யும் முறையான 4கே அறிமுகப்படுத்தி, எந்த ஒப்பீட்டிற்கும் உட்படாமல் தனித்தன்மை அடைந்து டிஜிட்டல் ஒளிப்பதிவு விஸ்வரூப வளர்ச்சி அடைய வித்திட்டது.

சினிமா துறையில் காமிராவை ஒரு திரைப்படத்திற்காக சொந்தமாக வாங்குவது மிகவும் அரிது. ஏனென்றால் சினிமா

காமிராக்களின் விலை மிகவும் அதிகம். ஆனால் ரெட் காமிராவின் விலை நிர்ணயம் மிகவும் நியாயமாக இருந்தது. அதனால் பரவலாக பலரும் சொந்தமாக ஒரு காமிராவை வாங்கி திரைப்படம் எடுக்கும் பழக்கத்தை அது உருவாக்கியது.

## ரெட் ஒன் காமிராவின் சிறப்பம்சங்கள்

ரெட் ஒன் காமிராவானது உறுதி வாய்ந்த கேஸ்ட் அலுமினியத்தால் தயாரிக்கப்படுகிறது. மற்ற காமிராக்கள் ப்ளாஸ்டிக்கை அதன் கட்டுமானத்திற்கு உபயோகப்படுத்துகிறது. காமிரா 6 இஞ்ச் உயரமும் 12 இஞ்ச் நீளமும் கொண்டது. காமிராவின் எடை சுமார் 4 கிலோவும்; லென்ஸ் மற்ற உபரிகளுடன் சேர்த்து மொத்தம் 12 கிலோ எடையும் கொண்டதாகும். ரெட் காமிரா உடல் "ப்ரேயின்" (Brain) என்று அழைக்கப்படுகிறது.

ரெட் ஒன் 4கே, 3கே அல்லது 2கே ரெசல்யூஷனில் காட்சிகளை பதிவு செய்யும் விருப்பத்தை (Option) கொடுக்கிறது.

ரெட் ஒன் காமிராவின் சென்சார் அளவு சற்று பெரியது (24.4 எம்.எம்.x 13.7 எம்.எம்.) 12 மெகா பிக்சல் திறன் கொண்ட சி.மோஸ் சென்சாரானது "மிஸ்டீரியம்" (Mysterium) என்ற முத்திரை பெயர் கொண்டதாகும்.

இக்காமிரா 4கே பதிவின் போது சென்சாரின் முழு பரப்பை

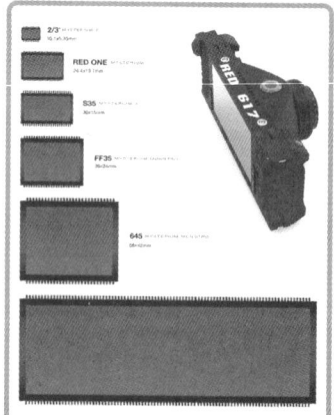

பயன்படுத்துகிறது. 3கே/2கே பதிவின் போது சென்சாரின் ஒரு குறிப்பிட்ட பகுதியை மட்டுமே பயன்படுத்திக் கொள்கிறது. ரெட் ஒன் காமிராவில் 3கே/2கே ரெசல்யூஷனை அதிக ஃப்ரேம் ரேட் கொண்டு பதிவு செய்யும்போது பயன்படுத்திக் கொள்ளலாம்.

ஆடியோ: ரெட் ஒன் காமிரா “ஒலி” யை நான்கு சானல்களில் பதிவு செய்யும் வசதி கொண்டது. காமிராவின் உட்புறம் மைக்ரோஃபோன் வசதி கிடையாது. ஆனால் வெளியிலிருந்து மினி எக்ஸ்.எல்.ஆர். (XLR input) இணைக்கும் வசதியுள்ளது.

ரெட் ஒன் காமிராவானது சிறப்பு 4கே ரெசல்யூஷனில் பதிவு செய்வது மட்டுமின்றி வருங்காலத்தின் தொழில்நுட்பத்திற்கு ஏற்ப மாற்றி வடிவமைக்கக்கூடிய “மென்பொருள் உருவாக்கம்” (Firmware Build) கொண்டது.

டிஜிட்டல் ஸ்டில் காமிராக்களில் பதிவு செய்யும் படங்களில் காணப்படும் “ரா” (Raw) தகவல்கள் அடர்த்தியானவை. நிறத்தேர்வு மையத்தில் சிறப்பான தரத்தில் செயல்பட “ரா” ஃபைல்கள் உதவுகிறது.ரெட் “ரா” (RED RAW) - தகவல் தொழில்நுட்பத்தை முதன்முறையாக ரெட் திரைப்பட காமிராக்களில் பயன்படுத்தியதுதான் மிகப்பெரிய வெற்றியாகும். ஏனென்றால், ரெட் காமிரா காட்சி பதிவு செய்த “ரா” ஃபைல்கள் ஆர் 3டி (R 3D) என கூறப்படுகிறது.

அதிக தகவல்கள் கொண்ட 4கே-ஆர் 3டி ஃபைல்களை “ரெட் கோட்” (Red code) என்ற மென்பொருள் மூலம் சுருக்கப்பட்டு படத்தொகுப்பு பணிக்கு கொடுக்கப்படுகிறது.

ரெட் அலெர்ட் (Red alert), ரெட் சினி (Red cine), ஸ்க்ரேட்ச் (Scratch), ஃபைனல் கட் ப்ரோ 6.02 (Final cut pro 6.02 & later) ஆகிய மென்பொருள் பயன்பாடுகள் (Applications) ரெட் ஒன் காட்சிகளை கணினியில் பார்க்க அல்லது படத்தொகுப்பு வேலை செய்ய உதவுகிறது.

மெமரி கார்டுகள்

ரெட் ஒன் காமிராவின் 4.5கே “ரா” காட்சிகளை அதனுடைய “ரெட் எஸ்.எஸ்.டி.” (Red SSD) கார்ட் மூலமாகவும் உபயோகப்படுத்தலாம்.

ரெட் எஸ்.எஸ்.டி. - 64ஜிபி, 128ஜிபி,

256ஜிபி கொள்ளளவில் கிடைக்கிறது.

ரெட் எஸ்.எஸ்.டி. கார்டுகளில் பதிவு செய்யப்பட்ட காட்சி தகவல்களை கணினிக்கு நகலெடுக்க "ரெட் மேக் ஸ்டேஷன்" (Red mag station) என்ற கார்ட் ரீடர் பயன்படுத்த வேண்டும்.

பவர்: ரெட் ப்ரிக் (Red brick) என்ற பாட்டரி அல்லது நேரடியாக மின்சக்தியை (DC) காமிராவுடன் இணைத்து காமிராவை இயக்க முடியும்.

ரெட் ப்ரிக் பாட்டரியை சார்ஜ் செய்ய "ரெட் சார்ஜர்" பயன்படுத்த வேண்டும்.

## திரவ படிக திரை (Red LCD)

காட்சிகளை கம்போஸ் செய்யவும் "மெனு" தகவல்களை தேர்ந்தெடுக்கவும் ரெட் காமிராவானது தனது "ரெட் திரவ படிக" திரை 5 இஞ்ச் மற்றும் 7 இஞ்ச் விருப்பங்களில் (Options) வருகிறது.

தேவைப்பட்டால் "ரெட் ஹை டெ∴பனிஷன்" (Hi-definition) எலக்ட்ரானிக் வ்யூ ∴பைண்டர் (Bomb EVF) வாங்கி காமிராவில் பொருத்திக் கொள்ளலாம்.

சமீபத்திய ரெட்-ஒன் காமிராக்கள் மென்பொருள் பதிவிறக்கம் மூலம் 4.5கே ரெசல்யூஷனில் பதிவு செய்கிறது.

ரெட் - ஒன் காமிரா தகவல்கள்

- வகை - டிஜிட்டல் சினிமா காமிரா
- சென்சார் - 14 மெகா பிக்சல் மிஸ்டீரியம் -x (mysterium x)
- ஒளி அகலாங்கு (latitude) - 13 ஸ்டாப்ஸ் டைனமிக் ரேஞ்ச் (dynamic range)
- டெப்த் ஆ∴ப் ∴பீல்ட் (depth of field): சூப்பர் 35 எம்.எம். காமிராவிற்கு சமமானது.

- ரெசல்யூஷன் - 4.5கே (2.4 :1) 4.5 k Raw
  
  4கே ரா (16:9, ஸ்கோப் 2:1) 4.5 k Raw
  
  3கே ரா (16:9, ஸ்கோப் 2:1) 3 k Raw
  
  2க ரா (16:9, ஸ்கோப் 2:1) 2 k Raw
- மெமரி கார்ட்- ரெட் எஸ்.எஸ்.டி. (Red SSD)™, 64ஜிபி, 128 ஜிபி, 256 ஜிபி
- எடை - 4 கிலோ (ரெட் காமிரா ப்ரெயின் மட்டும்).
- ஒலி - 4 சானல்கள்; 24 பிட் 48 Khz
- திரை - ரெட் 5 இஞ்ச் / 7 இஞ்ச் திரவ படிக திரை (red LCD flat panel 5 & 7 inches)
- கட்டமைப்பு - அலுமினியம் அலாய் (aluminium alloy)
- தயாரிப்பு - ரெட் நிறுவனம், அமெரிக்கா.

கருத்தில் கொள்ள வேண்டியவை

- ரெட் ஒன் காமிரா மிகச்சிறந்த காமிரா என்றாலும் படப்பிடிப்பின் போது தொடர்ந்து கடுமையான வெப்பத்தில் இயங்குவதால் காமிரா சூடாகிறது.
- தீர்வு - காமிரா இயக்கத்தை நிறுத்தி உயர்ரக ∴.பேன்களின் மூலம் சில நிமிடங்களுக்கு குளிர்வூட்டி பின்னர் இயக்கலாம்.
- ரெட் காமிராவின் விருப்ப ஐ.எஸ்.ஓ. (Native ISO) - 800.

# ரெட் எபிக்

# Red Epic

ரெட் நிறுவனமானது “ரெட்-ஒன்” காமிராவின் இமாலய வெற்றிக்குப் பின் இரண்டு புதிய வகை காமிராக்களை அறிமுகப்படுத்தியது. அதில் ஒன்று “ரெட் எபிக்”.

ரெட் திரைப்பட டிஜிட்டல் காமிராக்களின் வரிசையில் “ரெட் எபிக்” முதன்மையானது.

இன்று திரைப்படத் துறையில் உலகம் முழுவதும் ரெட்-எபிக் காமிராவின் ஆதிக்கம் தொடர்கிறது.

ரெட்- எபிக் காமிராவின் சிறப்பம்சங்கள்

ரெட்-எபிக் டிஜிட்டல் காமிரா 5கே ரெசல்யூஷனில் பதிவு செய்யும் வகையில் “மிஸ்டீரியம்” சென்சார் தயாரிக்கப்பட்டுள்ளது. அதனால் இக்காமிரா நொடிக்கு 1 - 120 ஃப்ரேம்கள் வரை 5கே ரெசல்யூஷனில் காட்சிகளை அபாரமாக பதிவு செய்கிறது.

ஒளி அகலாங்கு - 13.5 ஸ்டாப் (13.5 wide dynamic range) லிருந்து ஹைச்.டி.ஆர். (HDR)

நுட்பத்துடன் 18 ஸ்டாப்புகள் வரை "ஒளி மாற்றங்களை" சிறப்பாக பதிவு செய்யும் வாய்ப்பு கிடைக்கிறது.

இது வெளிப்புற காட்சிகளை பதிவு செய்யும்போது மிகவும் பயன் தரக்கூடியது.

ரெட்-எபிக் காமிரா பல லென்ஸ் மவுண்ட் விருப்பங்களுக்கு ஏற்றவாறு பொருத்திக் கொள்ளும் வாய்ப்பை அளித்துள்ளதால் கேனான், நிக்கான், ரெட், ஜீஸ் ஆகிய லென்ஸ்களை பயன்படுத்தும் வாய்ப்பை அளிக்கிறது.

ரெட்-ஒன் காமிராவிலிருந்து - எபிக் காமிராவின் புதிய அம்சம் டி.எஸ்.எம்.சி. (DSMC) மாட்யூல் கைப்பிடி (Side handle) காமிராவின் ப்ரெயினோடு (Camera body) பக்கவாட்டில் இணைக்கும் வகையில் தயாரிக்கப்பட்டுள்ளது. இதைக் கொண்டு காமிராவை இயக்குவதோடு கூடுதலாக "ரெட் வோல்ட்" (Red volt) சிறு பாட்டரிகள் இதில் அடக்கப்படுகிறது.

ரெட் வோல்ட் பாட்டரியை தொடர்ந்து உபயோகித்தால் சுமார் 30 நிமிடங்கள் வரை தாங்கும்.

ரெட் எபிக் காமிராவின் புதிய சேர்க்கை அதனுடைய தொடுதிரை (Red touch screen) 5 இஞ்ச் மற்றும் 7 இஞ்ச் அளவுகளில் கிடைக்கிறது.

ரெட் தொடுதிரையில் (Red touch LCD screen) நம் விரலை பதித்தே காமிராவை இயக்கலாம்.

 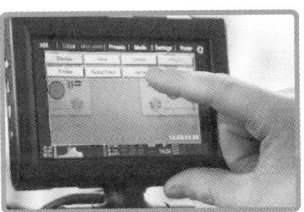

ரெட் எபிக் எஸ்.எஸ்.டி. கார்டுகள், ரெட் ரா தகவல்கள் மற்றும் பல அம்சங்கள் ரெட் ஒன் காமிராவின் தொடர்ச்சியே.

ரெட் எபிக் காமிராவின் படிப்படியான செயல்பாடு

- ரெட் எபிக் காமிரா ப்ரெயினுடன் (Camera body) வலது பக்கவாட்டில் டி.எஸ்.எம்.சி. (DSMC) சைட் மாட்யூல் (side module) இணைக்கவும்.

- தொடு திரையை காமிரா மேற்புறத்தில் வைத்து ஆணிகள் மூலம் திருகி இணைக்க வேண்டும். திரையிலிருந்து வரும் LCD கேபிளை காமிரா முன்புறத்தில் இணைக்க வேண்டும்.
- ரெட் வோல்ட் பாட்டரிகள் என்றால் டி.எஸ்.எம்.சி மாட்யூலின் முன் கதவை திறந்து பாட்டரிகளை உள்ளே வைத்து மூட வேண்டும்.
- லென்ஸ் மவுண்ட்டில் லென்ஸ் இணைக்க வேண்டும்.
- எஸ்.எஸ்.டி. கார்டை காமிராவின் இடது பக்கவாட்டில் சொருக வேண்டும்.
- காமிரா ப்ரெயினிலோ அல்லது டி.எஸ்.எம்.சி. கைப்பிடியில் உள்ள சிவப்பு பொத்தானை அழுத்தினால் காமிரா ஆன் (on) ஆகிவிடும்.
- ஒலி பதிவு செய்ய காமிராவில் மைக்ரோ.ஃ.போன் பொருத்த வேண்டும்.
- பிறகு அனைத்து காமிரா இயக்கங்களையும் தொடுதிரையை வைத்தே செயல்படுத்த வேண்டும்

- தொடுதிரையின் மேல்புறத்தில் இடது வலது வரிசைப்படி
- காமிராவின் .ஃ.ப்ரேம்கள்
- ஐ.எஸ்.ஓ.
- அப்ரேட்சர்
- ஷட்டர் ஸ்பீட்
- ஒயிட் பாலன்ஸ்
- ரெசல்யூஷன்
- ஆர்.சி.

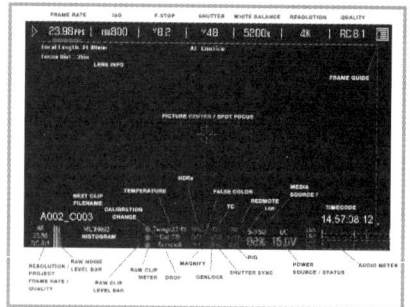

வலது ஓரத்தில் வட்டமாக உள்ளதை அழுத்தினால் அடுத்த மெனுவிற்கு செல்லலாம்.

நம் விரலை தொடுதிரையில் குறிப்பிட்ட காமிரா செட்டிங் அழுத்தினால் அதில் அனைத்து தகவல்களும் வரும். அதில் எது வேண்டுமோ அதை மீண்டும் அழுத்தி தேர்வு செய்து கொள்ளவேண்டும்.

காமிராவின் “மெனு” தொடுதிரையில் வலது ஓரத்தில் இருக்கும்

வட்டத்தை அழுத்தினால்,

- ஹெச்.டி.ஆர்.
- ∴போகஸ்
- ப்ராஜெக்ட்
- மீடியா
- செட்டிங்
- பவர்

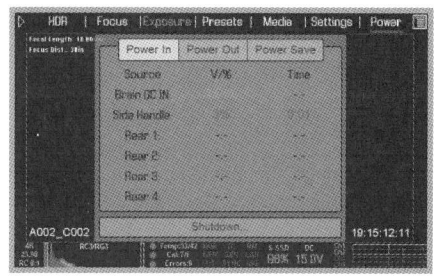

ஹெச்.டி.ஆர். விரலை வைத்து அழுத்தினால் - ஹெச்.டி.ஆர். ஆ.∴ப் (off) - ஹெச்.டி.ஆர்.ல் எவ்வளவு ஸ்டாப்ஸ் (2,4,6 இதில் ஏதாவதொன்று) வேண்டும் என்று நிர்ணயம் செய்யலாம்.

இது ஒரு பிரத்தியேக விருப்பம். தேவையென்றால் மட்டுமே பயன்படுத்த வேண்டும்.

"மீடியா" சென்று அழுத்தினால் அதில் "∴பார்மெட்" (format) என்ற விருப்பம் உள்ளது. காமிராவில் புதிதாக பதிவு செய்ய வேண்டும்

என்றால் பழைய காட்சிகளை நீக்க வேண்டும். அதற்கு ∴பார்மெட் தொடுதிரையில் அழுத்தினால் பழைய காட்சிகள் மறைந்து விடும்.

அதே "மீடியா" - "இஜெக்ட்" (eject) என்ற விருப்பம் உள்ளது. எப்போதும் காட்சி பதிவு முடிந்தபிறகு காமிராவிலிருந்து மெமரி கார்டான "எஸ்.எஸ்.டி." வெளியே எடுக்கும் முன் - இஜெக்ட் அழுத்திய பிறகே எஸ்.எஸ்.டி. கார்டை காமிராவிலிருந்து வெளியே எடுக்க வேண்டும்.

செட்டிங் (setting) அழுத்தினால், அதில்

- டிஸ்ப்ளே (display)
- லுக் (look)

- ப்ராஜெக்ட் (project)
- ஆடியோ / விடியோ (audio/video)
- செட்-அப் (set up)
- மெயிண்டெனன்ஸ் (maintenence)
- ப்ளே பேக் (playback)

ப்ராஜெக்ட்

செட்டிங் உள்ளே சென்று "ப்ராஜெக்ட்" அழுத்தினால் "டைம் பேஸ்" (time base) வரும். மீண்டும் அதை அழுத்தினால் / அதில் படத்தொகுப்புக்கு தகுந்தவாறு எவ்வளவு ஃப்ரேம் வேண்டுமோ அதை தேர்ந்தெடுக்கவும்.

ஆடியோ

அடுத்து "ஆடியோ" (audio) மீது அழுத்தினால் அதில் உள்ளே சென்று ஒலியின் அளவை நிர்ணயித்து கொள்ளலாம்.

மெயிண்டெனன்ஸ்

காமிரா சரியாக வேலை செய்யவில்லை என்றால் "செட்டிங்" உள்ளே சென்று "மெயிண்டெனன்ஸ்" க்ளிக் செய்து, உள்ளே ரெஸ்டோர் (restore) அழுத்தினால் காமிரா மீண்டும் ரீ-பூட் ஆகி சரியாக இயங்கும்.

ப்ளே பேக்

பதிவு செய்த காட்சிகளை மீண்டும் பார்க்க வேண்டும் என்றால் "செட்டிங்" அழுத்தி அதில் "ப்ளே பேக்" சென்று மீண்டும் அழுத்தினால் பதிவு செய்த காட்சிகளின் க்ளிப்புகள் (clips) வரிசையாக வரும். அதில் நமக்கு வேண்டியதை அழுத்தினால் "திரையில்" காட்சிகள் ப்ளே (play) ஆகும்.

பவர் (power) காட்சிகளை பதிவு செய்தபின் ரெட் காமிராவை ஆஃப் செய்ய வேண்டும் என்றால் தொடுதிரையில் "செட்டிங்" சென்று அதில் பவர் (power) ஆப்ஷனுக்கு (option) ஷட் டவுன் (shut down) மீது விரலை வைத்து அழுத்தினால், காமிராவின் மின் சக்தி ஆஃப் ஆகும்.

ஒலி சரியாக வேலை செய்கிறதா என்று கண்டறிய

தொடுதிரையில் கீழே வலதுபுறத்தில், சானல் 1, சானல் 2 (channel 1, channel 2) அருகே பச்சை நிற கோடு வந்தால் "ஒலி" சரியாக உள்ளது என்றாகும்.

ரெட் எபிக் காமிராவின் தகவல்கள்

- வகை - டிஜிட்டல் சினிமா காமிரா
- டைனமிக் ரேஞ்ச் -13.5 ஸ்டாப்ஸ்/ஹெச்.டி.ஆர்.-18 ஸ்டாப்ஸ்
- சென்சார் - 14 மெகா பிக்சல் மிஸ்டீரியம் -x (mysterium x)
- ரெசல்யூஷன் -   5கே ரா (5120x2700 பிக்சல்)
    4.5கே ரா (2.4:1)
    4கே ரா (16:9, ஸ்கோப் 2:1)
    3கே ரா (16:9, ஸ்கோப் 2:1)
    2கே ரா (16:9, ஸ்கோப் 2:1)
    1080 (16:9)
    720 (16:9)
- மெமரி கார்ட்   - ரெட் மேக், எஸ்.எஸ்.டி. (Red SSD)™, 64ஜிபி, 128ஜிபி, 256ஜிபி
- எடை - காமிரா உடல் மட்டும் 2.26 கிலோ
- ஆடியோ - 2 சானல்கள்; சுருக்கமில்லாமல் 24 பிட்
- ரெட் கோட் (red code) - 12, 16 பிட் ரா
- கட்டமைப்பு - அலுமினியம்.
- ரெட் எபிக் விருப்ப ஐ.எஸ்.ஓ. (Native ISO) 400 - 2000 வரை.

ரெட் எபிக் காமிராவானது எந்த தட்ப வெப்ப சூழ்நிலையிலும் இயங்கும் ஆற்றல் கொண்டது. ரெட் எபிக் பூட்டிங் (booting) நேரம் "ரெட் ஒன்" னை விட விரைவாக காமிராவை ஆன் செய்கிறது.

ரெட் எபிக் 5கே ரெசல்யூஷன் காட்சிகள் ஐ-மேக்ஸ் போன்ற எந்த திரையிடலுக்கும் மேம்பட்ட காட்சிகளை உயரிய தரத்தில் பதிவு செய்து கொடுக்கிறது.

# ரெட் ஸ்கார்லெட்- எக்ஸ்

# Red Scarlet - X

ரெட் காமிரா வரிசையில் மிகக்குறைந்த விலையும் எடையும் கொண்டது "ரெட் ஸ்கார்லெட் - எக்ஸ்" காமிரா.

இதன் விலை நிர்ணயம் யாரும் சற்றும் எதிர்பாராதது. ரெட் ஸ்கார்லெட் - எக்ஸ் காமிரா தரத்தில் எந்த சமரசமுமின்றி தயாரிக்கப்பட்டுள்ளது. ஏறத்தாழ ரெட் எபிக் காமிராவில் உள்ள அனைத்து (5கே பதிவைத்தவிர) நவீன தொழில்நுட்பங்களும் இக்காமிராவில் உள்ளன. ஒரே மிகப்பெரிய வேறுபாடு ரெட் ஸ்கார்லெட் 4கே ரெசல்யூஷனில் காட்சிகளை பதிவு செய்யவல்லது.

இக்காமிரா 4கே ரா ஃபைல்களாக 14 மெகா பிக்சல் கொண்ட மிஸ்டீரியம் - எக்ஸ் சென்சார் பதிவு செய்கிறது.

மற்றபடி, டி.எஸ்.எம்.சி. கைப்பிடி, தொடுதிரை, ரெட் எஸ்.எஸ்.டி. கார்டுகள், ரெட் வோல்ட் பாட்டரி அமைப்பு ஆகிய அனைத்து ரெட்-எபிக் காமிராவின் அம்சங்கள் ரெட் - ஸ்கார்லெட்டில் உள்ளன.

## ரெட் ஸ்கார்லெட் காமிரா தகவல்கள்

வகை - டிஜிட்டல் சினிமா காமிரா

- டைனமிக் ரேஞ்ச் - 13.5 ஸ்டாப்ஸ் (13.5stops) ∴ ஹெச்.டி.ஆர். - 18 ஸ்டாப்ஸ் (HDR 18 stops)
- சென்சார் - 14 மெகா பிக்சல் மிஸ்டீரியம் - x (mysterium x)

- ரெசல்யூஷன் - 4கே ரா - 2.4:1 (4096x2160 பிக்சல்)
- மெமரி கார்ட் - எஸ்.எஸ்.டி. (Red SSD), ரெட் மேக் - 64ஜிபி, 128ஜிபி, 256ஜிபி
- எடை - காமிரா உடல் மட்டும் 2.2 கிலோ
- ஆடியோ - 2 சானல்கள்; சுருக்கமில்லாமல் 24 பிட்
- கட்டமைப்பு - அலுமினியம் அலாய்.
- ரெட் ஸ்கார்லெட் காமிராவில் இரண்டு லென்ஸ் மவுண்ட்களை பயன்படுத்தி கொள்ளலாம். (இ.எ.ஃ.ப். / பி.எல்.).

# ரெட் எபிக் டிராகன் சென்சார்

# Red Epic Dragon Sensor

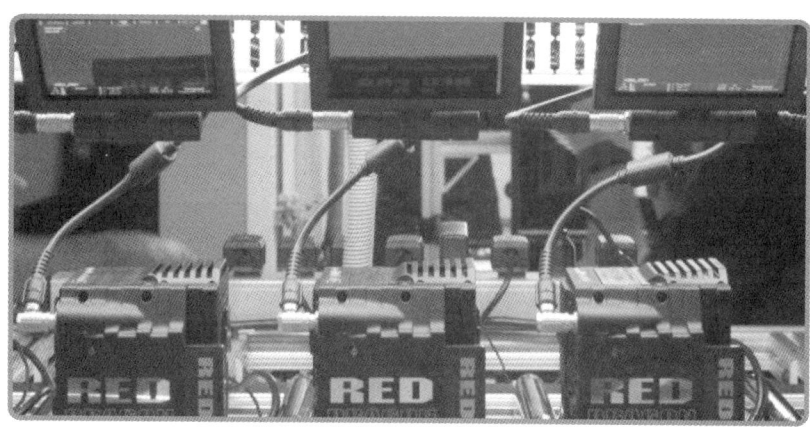

ரெட் காமிராவின் வருகை எவ்வளவு ஆச்சர்யங்கள் நிறைந்ததோ, அதற்கு சற்றும் குறையாதது “ரெட் எபிக் - டிராகன் சென்சார்” ரின் வருகையும் செயல்பாடும்.

மிகச்சமீபத்தில் செப்டம்பர் மாதம் 2013 டிராகன் சென்சார் தொழில்நுட்பம் அறிமுகப்படுத்தப்பட்டது.

ரெட் எபிக் - டிராகன் காமிரா என்ற புதிய காமிராவாகவும் அதேபோல நம்மிடம் உள்ள பழைய ரெட் எபிக் / ஸ்கார்லெட் காமிராவை ரெட் நிறுவனத்திற்கு அனுப்பி கூடுதல் தொகை செலுத்தினால் “டிராகன் சென்சார்” பொருத்தி தரப்படும்.

“டிராகன் சென்சார்” 19 மெகா பிக்சல் அமைப்பு கொண்டது. 6கே ரா (6144x3160 பிக்சல்) ரெசல்யூஷனில் 1 - 100 ஃப்ரேம்கள் வரை பதிவு செய்யவல்லது.

இந்த சென்சார் 20 ஸ்டாப்புகள் வரை ஒளி அகலாங்கு (wide exposure latitude) கொடுக்கிறது.

உதாரணம்: ஒரே ஃப்ரேமில் நிழல் பகுதி F 2.8 ஒளிநிர்ணயமும் - வானம் F32 ஒளி நிர்ணயம் கொண்டிருந்தால் - டிராகன் சென்சார் மூலம் பதிவு செய்யும் காட்சியானது ஃப்ரேமில் இவ்விரண்டு ஒளி நிர்ணய பகுதிகள் எந்த இழப்புமில்லாமல், அடர்த்தியான நிறத்தில்

பதிவு செய்யும்.

டிராகன் சென்சார் மூலம் பதிவு செய்யும் விடியோ காட்சிகள்,

முதன்முறையாக நம் கண்களால் நேரில் பார்க்கும் தரத்திலான அனுபவத்தை கொடுக்கும் வகையில் பதிவு செய்யும் தொழில்நுட்பம் கொண்டதாகும்.

பகுதி - 7

ஆரி அலெக்ஸா காமிராக்கள்

பகுதி - 7

# ஆரி அலெக்ஸா காமிராக்கள்

## Arri Alexa Cinema Cameras

∴பிலிம் காமிரா தொழில்நுட்பத்தில் கொடிகட்டி பறந்த “ஆரி” நிறுவனம் சினிமாவில் டிஜிட்டல் ஒளிப்பதிவு தான் எதிர்கால வளர்ச்சியாகும் என்று முன்னமே கணித்து ஆரி டி-20, டி-21 டிஜிட்டல் ஒளிப்பதிவு காமிராக்களை 2003ல் அறிமுகப்படுத்தியது ஓரளவு பயனளித்தது. அதன் தொடர் வளர்ச்சியாக ஆரி நிறுவனம் “அலெக்ஸா” காமிராவை 2010ல் அறிமுகப்படுத்தியவுடன் மிகப்பெரிய வரவேற்பை பெற்றது. தொடர்ந்து ∴பிலிமிலேயே ஒளிப்பதிவு செய்துவந்த பிரபல ஒளிப்பதிவாளர் ரோஜர் டீகின்ஸ் (Roger Deakins) ஜேம்ஸ் பாண்ட் திரைப்படமான “ஸ்கை ∴பால்” (Sky Fall) லை ஆரி அலெக்ஸா வில் படமாக்கினார். ஹாலிவுட்டில் பெரிய பட்ஜெட் திரைப்படங்கள் ஆரி டிஜிட்டல் காமிராக்களை பயன்படுத்தும் நிலை ஏற்பட்டுள்ளது. இந்தியாவிலும் சந்தோஷ் சிவன் போன்ற பிரபல ஒளிப்பதிவாளர்கள் ஆரி அலெக்ஸா வையே பயன்படுத்துகின்றனர்.

## ஆரி அலெக்ஸா காமிராவின் சிறப்புகள்

தலைசிறந்த ஜெர்மன் இஞ்ஜினியர்களால் “ஆரி அலெக்ஸா” காமிரா வடிவமைக்கப்படுகிறது. காமிராவின் எலக்ட்ரானிக் பாகங்கள் மிகவும் பாதுகாப்பான பெட்டகத்தில் (Sealed compartments) காமிராவின் நடுப்பகுதியில் அமைக்கப்பட்டுள்ளது. சென்சார் செயல்பாடுகள் மூலம் வெளிவரும் வெப்பமானது குழாய்கள் மூலம் ரேடியேட்டருக்கு செலுத்தப்படுகிறது. அது காமிராவின் பின்பகுதியில் வெண்டிலேட்டர் வழியாக வெளியே அனுப்பப்படுகிறது.

ஆரி அலெக்ஸா மிகவும் சிறப்பான “எலக்ட்ரானிக் வ்யூ ∴பைண்டர்” கொண்டுள்ளது. அதை நம் கண்களுக்கு ஏற்றவாறு அமைத்துக் கொள்ளலாம். வ்யூ ∴பைண்டர் மிகத் துல்லியமாக காட்சிகளை பார்க்க உதவுகிறது. (1280x768 பிக்சல்) ரெசல்யூஷனில் வடிவமைக்கப்பட்டுள்ளது ஆரி வ்யூ ∴பைண்டர்.

ஆரி அலெக்ஸா ஏ.எல்.இ.வி. III (ALEV III) சென்சாரானது 2.5கே ரெசல்யூஷனில் (2880x1620 பிக்சல்) காட்சிபதிவு செய்யும் திறனை அளிக்கிறது.

“ஆரி ரா” சினிமா டி.என்.ஜி. (Cinema DNG) ∴பைல்களை போல எந்த சுருக்கமுமில்லாமல் பதிவாகிறது.

ஆரி அலெக்ஸா 14 ஸ்டாப்ஸ் ஒளி அகலாங்கு அளிக்கிறது. குறிப்பாக அதிக ஒளியில் (High light) இருக்கும் தகவல்களை சிதறாமல் பதிவு செய்யும் வண்ணம் தயாரிக்கப்பட்டுள்ளது.

## ரெக்கார்டிங்

ஆரி அலெக்ஸா காமிராவினுள் எஸ் x எஸ் (S x S) ∴ப்ளாஷ் கார்ட் மூலம் ∴புல் ஹைச்.டி. (1920x1080) வடிவில் பதிவு செய்கிறது. “ஆரி ரா” 2.5கே தரத்தில் காமிராவுக்கு வெளியே இணைப்பு ரெக்கார்டர் (External recorder) மூலம் பதிவு செய்கிறது.

## ஆரி அலெக்ஸா காமிரா தகவல்கள்

- காமிரா வகை - 35 எம்.எம். ∴பிலிம் மாடலில் டிஜிட்டல் காமிரா
- சென்சார் - 35 எம்.எம். ஏ.எல்.இ.வி. III (ALEV III) சி.மோஸ்.
- ரெசல்யூஷன் - 2580x1620 2.5கே ஆரி ரா
- இயக்கம் - 24 ∴ப்ரேம்கள் / நொடிக்கு - அதிக ∴ப்ரேம் ரேட்டுக்கு தனியாக லைசென்ஸ் (license) பெற வேண்டும்.
- ∴ப்ரேம் ரேட் - 0.75 - 120 FPS
- ஒளி அகலாங்கு - 14 ஸ்டாப்ஸ்
- ஐ.எஸ்.ஓ - 160 - 3200
- எடை - 7.7 கிலோ
- பவர் - பாட்டரி மற்றும் நேரடியாக மின் இணைப்பு.
- ஆரி அலெக்ஸா காமிராவின் விருப்ப ஐ.எஸ்.ஓ. (Native ISO) -800

ஆரி அலெக்ஸா, ∴பிலிம் கொண்டு பதிவு செய்தால் கிடைக்கும் ஒளிப்பதிவு தரத்தை அப்படியே தனது டிஜிட்டல் காமிராக்களில் தொடர்கிறது. இயல்பான நிறத்தன்மை, துல்லியமான ஸ்கின் டோன் (skin tone) ஆகியவை பாரம்பரிய ஒளிப்பதிவில் மிகவும் நம்பிக்கை உள்ளவர்களையும் ஈர்த்துவிட்டது.

## மற்ற ஆரி அலெக்ஸா காமிரா புது வரவுகள்

### அலெக்ஸா எக்ஸ்.டி. (XT)

- நீட்டிக்கப்பட்ட தொழில்நுட்பம் (extended technology) மூலம் புதிய ஏற்பாடுகளை கொண்டுள்ளது "அலெக்ஸா எக்ஸ்.டி. காமிரா". குறிப்பாக எக்ஸ்.ஆர். மாட்யூல் (XR Module) இணைப்பால் காமிராவிலேயே ஆரி 2.5கே ரா ரெக்கார்டிங் சாத்தியமாகிறது.
- காமிராவின் உட்புற அமைப்பில் என்.டி. (ND) ∴பில்டர்.
- புதிய 4:3 சூப்பர் 35 எம்.எம். சென்சார்.
- எல்.டி.எஸ் (LDS) பி.எல். மவுண்ட் - இவ்வகை லென்ஸ் மவுண்ட்

லென்ஸில் இருக்கும் தகவல்களை எலக்ட்ரானிக் செய்திகளாக காமிராவுக்கு அனுப்புகிறது. இவை இக்காமிராவின் சிறப்புகள்.

## ஆரி எக்ஸ்.ஆர். மாட்யூல் (ARRI XR module)

ஆரி அலெக்ஸா எக்ஸ்.ஆர். மாட்யூல் - இவை அனைத்து ஆரி எக்ஸ்.டி. (XT) காமிராக்களுடன் இணைக்கும்படி தயாரிக்கப்பட்டுள்ளது. எக்ஸ்.ஆர். மாட்யூல் பக்கவாட்டு கதவு போல அமைப்புள்ள "உட்புற ரெக்கார்டிங்" வசதி ஏற்படுத்தும் உபரி கருவியாகும்.

இதைக் கொண்டு ஆரி அலெக்ஸா காமிராக்களில் உட்புற (in built RECORDINGS) "ஆரி ரா" காட்சிகளை பதிவு செய்யலாம்.

## அலெக்ஸா எக்ஸ்.டி.எம் (Alexa XT M)

ஆரி அலெக்ஸா காமிராவின் மற்றொரு மாடல் அலெக்ஸா எக்ஸ்.டி.எம். இக்காமிரா ஆரி அலெக்ஸா மற்றும் எக்ஸ்.டி. தொழில்நுட்ப அடிப்படையில் எந்த மாற்றமும் இல்லாதது. ஆனால் இக்காமிரா தன் வடிவமைப்பில் புதிய "மாடுலர்-எம்" (Modular-M) நுட்பத்தை கொண்டுள்ளது.

அது காமிராவை இரண்டாக பிரிக்கும் வண்ணம் வடிவமைக்கப்பட்டுள்ளது. அதை காமிரா தலை (Camera head), மற்றும் காமிரா உடல் (Camera body) என தனித்தனியாக பிரித்து ஒரு ∴பைபர் ஆப்டிக் கேபிள் (Fibre

optic cable) மூலம் இணைப்பு ஏற்படுத்தி காமிராவை இயக்கலாம்.

இதன் மூலம் மிகவும் இக்கட்டான இடத்தில், 3டி ரிக்குகளில் (3D rigs) காமிராவை பொருத்துவதற்கும் ஹெலிகாப்டர் ஷாட்டுகளின் போதும் பெரிதும் பயன்படும். காமிரா இரண்டாக பிரிவதால் அதன் எடை 3 கிலோவுக்குள்ளேயே இருப்பது சிறப்பு.

ஆரி அலெக்ஸா எக்ஸ்.டி.ப்ளஸ் (XT plus)

ஆரி அலெக்ஸா காமிராவின் அதிநுட்ப வடிவம்தான் எக்ஸ்.டி.ப்ளஸ். இதை டிஜிட்டல் காமிராவின் ஆல்ரவுண்டர் என்றே கூறவேண்டும்.

இக்காமிராவின் தனிச்சிறப்பு காமிரா மற்றும் லென்ஸ் தகவல்களை கேபிள்கள் இல்லாமல் ரிமோட் கண்ட்ரோல் மூலமாகவே இயக்க முடியும்.

இக்காமிராக்கள் ஆரியின் டபிள்யூ.சி.யூ.-3 (WCU-3), டபிள்யூ.சி.யூ.-4 (WCU-4) ரிமோட்டுகளை பயன்படுத்துகிறது.

ஆரி அமிரா (ARRI AMIRA)

ஆரி அமிரா புதிய டிஜிட்டல் காமிரா. சமீபத்திய வரவான இக்காமிரா மிக எளிய வடிவமைப்பாலும் மற்ற ஆரி தயாரிப்பு

காமிராக்கள் போல இல்லாமல் குறைந்த விலை நிர்ணயம் கொண்டதாகவும் அறிவித்துள்ளார்கள்.

இக்காமிரா உயர்தர ஆவணப்பட பதிவிற்கும், கொரில்லா வகை (Guierella style) படமாக்குதலுக்கும் ஏற்றவாறு காமிராவை வடிவமைத்துள்ளார்கள்.

ஒளிப்பதிவாளரே தனியாக காமிராவை இயக்கும் தொழில்நுட்பம் இக்காமிராவின் மிகவும் வரவேற்கத்தக்க அம்சம்.

ஆரி அமிராவின் சிறப்புகள்

- ஆரி அலெக்ஸாவில் இருக்கும் அதே சூப்பர் 35 எம்.எம். சென்சார் 2கே ரெசல்யூஷனில் காட்சி பதிவு செய்ய உதவுகிறது.
- ஒளி அகலாங்கு (Wide exposure latitude) 14 ஸ்டாப்புகள் கிடைக்கிறது.
- நொடிக்கு 200 ∴ப்ரேம்கள் வரை பதிவு செய்யலாம்.
- காமிராவின் உட்புறத்தில் அமைந்துள்ள என்.டி. ∴பில்டர்கள்
- 4 சானல் ஒலி பி.சி.எம். ஒலி அமைப்பு
- மாற்றும் வகையில் லென்ஸ் மவுண்ட் - பி.எல்., கேனான் இ.எ.∴.ப்.
- காமிராவிற்குள்ளே நிறத்தேர்வு செய்யும் அமைப்பு (in built 3D lut)
- திரவ படிக திரையும் / ஓ.எல்.இ.டி. (OLED) வ்யூ ∴பைண்டர்.
- புதிய வகை காம்பாக்ட் ∴ப்ளாஷ் கார்டில் (CF -2.0) காட்சிகளை பதிவு செய்யும் முறை.

பகுதி - 8

சோனி சினி ஆல்டா சினிமா காமிராக்கள்

பகுதி - 8

# சோனி சினி ஆல்டா சினிமா காமிராக்கள்

## Sony Cine Alta Digital Motion Picture Cameras

"சோனி" நிறுவனத்தின் பங்கு "டிஜிட்டல் ஒளிப்பதிவில்" இன்றியமையாதது. ஆரம்ப கட்ட சோதனை வடிவிலிருந்து மேம்பட்ட வடிவம்பெறும் வரை அந்நிறுவனத்தின் ஆராய்ச்சியும், தொடர் முயற்சியும்தான் இன்று பல நிறுவனங்கள் டிஜிட்டல் ஒளிப்பதிவில் முன்னனி வகிக்க காரணம்.

உயரிய தயாரிப்பு தரமிருந்தும் "சோனி" டிஜிட்டல் காமிராக்களின் விலை நிர்ணயமே அது பரவலாக பலரின் உபயோகத்திற்கும் உட்பட முடியாமல் போனதற்கு காரணம். இருந்தாலும் இன்று அதனுடைய "சினி ஆல்டா" வரிசை சினிமா காமிராக்கள் ஹாலிவுட் ஸ்டுடியோக்களின் நன்மதிப்பை பெற்று மிகப் பிரம்மாண்டமான திரைப்படங்களான ஒப்லிவியன் (Oblivion), ஆஃப்டர் எர்த் (After Earth), ஸ்பைடர் மேன் 2 (Spiderman 2), ஆகியவை சோனி எஃப். 65 (Sony F 65) காமிராவை பயன்படுத்தியுள்ளன.

## சோனி சினி ஆல்டா எஃப். 65 (Sony Cine Alta F 65)

2012 ம் ஆண்டு சோனி எஃப். 65 காமிராவை அறிமுகப்படுத்தியது. அப்போது, இதுதான் உலகின் மிகவும் சக்தி வாய்ந்த டிஜிட்டல் சினிமா காமிரா என்று திரைத்துறை வல்லுநர்கள் வானளாவ புகழ்ந்தார்கள்.

அதனுடைய சோதனை காட்சி பதிவுகள் (test footage) உண்மை என்று நிரூபித்ததோடு, புதிய நிறக் கோட்பாடு, துல்லியம் என்று அனைத்து வகைகளிலும் உச்சத்தை எட்டியது சோனி எஃப். 65 காமிரா.

இக்காமிராவுடைய காட்சி பதிவுகளை, குறிப்பாக ஒப்லிவியன் (Oblivion) திரைப்படத்தை பார்த்தவர்கள் இது 65 எம்.எம். ஃபிலிமின் தரத்தை மிஞ்சுவதாக பாராட்டினர்.

## சோனி சினி ஆல்டா எ∴.ப். 65 சிறப்புகள்

திறன் வாய்ந்த சோனி எ∴.ப். 65 காமிராவானது 20 மெகா பிக்சல் கொண்ட சூப்பர் 35 எம்.எம். சென்சார் புதிய தொழில்நுட்ப தன்மையுடையது.

இக்காமிராவின் சென்சார் மூலம் பதிவு செய்யப்படும் காட்சிகளின் ரெசல்யூஷன் "ட்ரு 4கே" (True 4k) என்று சொல்லப்படுகிறது.

சென்சாரில் உள்ள ∴போட்டோ துகள்கள் 45 டிகிரி சாய்வு வரிசையில் கட்டமைக்கப்பட்டுள்ளது. அதேபோல இதன் சென்சாரில் இருக்கும் ஒவ்வொரு பிக்சலில் "பச்சை நிற ∴போட்டோ உணரி" (Green photo sensor) அடக்கப்பட்டுள்ளது.

அதனால் மிகப்பெரிய பயன் ரெசல்யூஷனில் சிறந்த ஒளிர்வு (Luminance) கிடைப்பதால் சென்சாரின் கட்டமைப்பின் (கிடைமட்ட ஏற்ற/இறக்கம்) மூலம் பிக்சல்கள் எண்ணிக்கை சரியாக 8கே (8192) அளவில் உள்ளது.

ஒளிப்பதிவாளர்கள் தங்களின் தனித்தன்மை "ஒளி மற்றும் நிழல்" பகுதிகளில் எக்ஸ்∴போஷரை (ஒளி அளவு நிர்ணயிப்பதை) எப்படி தீர்மானிக்கிறார்கள் என்பதை பொருத்தே அவர்களின் திறமை கணிக்கப்படுகிறது. சோனி எ∴.ப். 65 காமிரா ஒளிப்பதிவாளர்களுக்கு 14 ஸ்டாப்புகளுக்கு மேலாகவே ஒளி அகலாங்கு (latitude) கொடுக்கிறது.

சோனி எ∴.ப். 65 காமிரா காட்சிகளை பதிவு செய்வதற்கு எஸ்.ஆர்.-ஆர் 4 (SR-R4) ரெக்கார்டரை பயன்படுத்துகிறது. அது காமிராவின் பின் புறம் இணைக்கப்படுகிறது. இக்காமிராக்கள் எஸ்.ஆர். (SR) மெமரி கார்டுகளை பயன்படுத்துகின்றன.

சோனி எ∴.ப். 65 காட்சி தகவல்கள் 16 பிட் லினியர் ரா ∴பைல்கள் கொண்டதாகும்.

"எஃப் 65 ரா வ்யூவர் " (F 65 Raw Viewer) என்ற மென்பொருளை கணினியில் பதிவிறக்கம் செய்தால் மட்டுமே "சோனி ரா விடியோ"

காட்சிகளை பார்க்க முடியும்.

சோனி எஃப். 65 காமிரா தகவல்கள்

- வகை - டிஜிட்டல் மோஷன் பிக்சர் காமிரா
- சென்சார் - 20 மெகா பிக்சல் சூப்பர் 35 எம்.எம்.
- ஐ.எஸ்.ஓ - 800 தேவைப்பட்டால் 3200 வரை விரிவுபடுத்தலாம்.
- ரெசல்யூஷன் - 8கே திறன் கொண்டது. 4கே - 16 பிட் - லினியர் ரா
- லென்ஸ் மவுண்ட் - பி.எல்.
- ஒளி அகலாங்கு (exposure latitude) -14 ஸ்டாப்புகள் (14 stops)
- பவர் - நேரடி மின்சக்தி (DC 10 முதல் 17V வரை)
- பாட்டரி - பிபி.ஜிஎல் 95A (BP GL 95 A)
- பாட்டரி அடாப்டர் - பி.கே.டபிள்யூ.ஆர். 4 (BKWR 4)
- மெமரி கார்ட் - எஸ்.ஆர். கார்டுகள்
- எடை - 6.5 கிலோகிராம்.

சோனி சினி ஆல்டா மேலும் சில சினிமா காமிராக்களை விற்பனை செய்கிறது.

சோனி பி.எம்.டபிள்யூ. எ.ஃ.ப்-55
(PMW F-55)

சோனி பி.எம்.டபிள்யூ. எ.ஃ.ப்.-5
(PMW F-5)

சோனி பி.எம்.டபிள்யூ. எ.ஃ.ப்.-3
(PMW F-3)

சோனி என்.இ.எக்ஸ். எ.ஃ.ப்.எஸ். 700
(NEX FS 700)

சோனி என்.இ.எக்ஸ். எ.ஃ.ப்.எஸ். 100
(NEX FS 100)

★★★

# பகுதி - 9

பிளாக் மாஜிக் சினிமா காமிராக்கள்

பகுதி - 9

## பிளாக் மாஜிக் சினிமா காமிராக்கள்

## Black Magic Cinema Cameras

ஒரு உயர்ரக புகைப்பட காமிரா விலையில் பிளாக் மாஜிக் சினிமா காமிராவை அறிவித்த போது அது பல அதிர்வுகளை ஏற்படுத்தியது. பல முன்னனி காமிரா நிறுவனங்கள் தங்கள் டிஜிட்டல் சினிமா காமிரா விலையை இக்காமிரா வெளிவருவதற்குள் குறைத்தது. "பிளாக் மாஜிக் காமிரா" தனது முதல் சாதனையை இப்படி பதிவு செய்தது.

பிளாக் மாஜிக் சினிமா காமிராவின் சிறப்பம்சங்கள்

- இக்காமிரா 2.5கே ரெசல்யூஷனில் பதிவு செய்யும் "சென்சார்" அமைப்பு கொண்டது.
- 12 பிட் ரா சினிமா டி.என்.ஜி. ∴பைல்களாக காட்சி தகவல்கள் அடங்கியுள்ளன.
- 13 ஸ்டாப்ஸ் ஒளி அகலாங்கு
- 5 இஞ்ச் திரவ படிக தொடுதிரை (LCD Touch screen)
- இ.எ∴ப்./இசட்.இ. (EF/ZE) லென்ஸ் மவுண்ட்

- காட்சிகளை எஸ்.எஸ்.டி. மெமரி கார்டுகளில் பதிவு செய்கிறது.
- காட்சிகளை காமிராவில் உள்ள எஸ்.எஸ்.டி. ரெக்கார்டரில் பதிவு செய்யப்படுவதால் நேரடியாக கேபிள் மூலம் கணினிக்கு இணைத்து காட்சிகளை நகலெடுத்துக் கொள்ளலாம்.
- ஒலியை காமிராவில் உள்ள மைக்ரோ.்.போன், மோனோ தரத்தில் பதிவு செய்கிறது.
- காமிரா இயக்குவதற்கு நேரடியான மின்சக்தி வசதி (12V-30V) காமிராவில் லித்தியம்-அயன் பாலிமர் ரீசார்ஜ் (Lithium-ion polymer) செய்யும் பாட்டரியும் உள்ளது.
- பாட்டரியை 90 நிமிடங்கள் வரை பயன்படுத்தலாம். மீண்டும் சார்ஜ் செய்து கொள்ளவேண்டும்.
- காமிராவின் எடை மிகவும் குறைவு. சுமார் 2 கிலோகிராம்.

பிளாக் மாஜிக் காமிரா இயக்குவதற்கும் மிகவும் எளிய முறையில் வடிவமைத்திருக்கிறார்கள். இக்காமிரா குறைந்த பொருட்செலவில் தரமான காட்சி பதிவு செய்கிறது. திரைப்படமோ, குறும்படமோ எடுக்க வேண்டும் என்பவர்களுக்கு நிச்சயம் இது ஒரு வரப்பிரசாதம்.

பிளாக் மாஜிக் காமிராவுடன் - நிறத்தேர்வு செய்யும் மென்பொருளான (software) டாவின்சி ரிசால்வ் (Davinci Resolve) இலவசமாக அளிக்கப்படுகிறது.

இக்காமிரா இரண்டு மாடல்களில் தயாரிக்கப்படுகிறது. ஒன்று இ.எ.்.ப். மவுண்ட், மற்றொன்று எம்.எ.்.ப்.டி. வகை காமிரா.

## பிளாக் மாஜிக் வகை காமிராவில் மேலும் புதிய வரவுகள்

### பிளாக் மாஜிக் சினிமா காமிரா - 4கே

இக்காமிரா சூப்பர் 35 எம்.எம். சென்சார் பயன்படுத்துகிறது. 4கே ரெசல்யூஷனில் சினிமா டி.என்.ஜி. ரா ∴பைல்களாக காட்சிபதிவு செய்யப்படுகிறது.

- இக்காமிரா 4கே ரெசல்யூஷனில் பதிவு செய்யும் சூப்பர் 35 எம்.எம் சி.மோஸ் "சென்சார்" 21.12 x 11.88 அமைப்பு கொண்டது.
- ரெசல்யூஷன் - 4கே (3840 x 2160)
- ∴ப்ரேம் ரேட்கள் (Frame Rates)-3840 x 2160p23.98, 3840 x 2160p24, 3840 x 2160p25, 3840 x 2160p29.97, 3840 x 2160p30, 1920 x 1080p24, 1920 x 1080p25, 1920 x 1080p29.97, 1920 x 1080p30, 1920 x 1080i50, 1920 x 1080i59.94.
- 12 பிட் ரா சினிமா டி.என்.ஜி. ∴பைல்களாக காட்சி தகவல்கள் அடங்கியுள்ளன.
- 12 ஸ்டாப்ஸ் ஒளி அகலாங்கு
- 5 இஞ்ச் திரவ படிக தொடுதிரை (LCD Touch screen)
- இ.எ.∴ப்/இசட்.இ (EF/ZE) லென்ஸ் மவுண்ட்
- காட்சிகளை எஸ்.எஸ்.டி. மெமரி கார்டுகளில் பதிவு செய்கிறது.
- காட்சிகளை காமிராவில் உள்ள எஸ்.எஸ்.டி. ரெக்கார்டரில் பதிவு செய்யப்படுவதால் நேரடியாக கேபிள் மூலம் கணினிக்கு இணைத்து காட்சிகளை நகலெடுத்துக் கொள்ளலாம்.

- ஒலியை காமிராவில் உள்ள மைக்ரோ.ஃ.போன், மோனோ தரத்தில் பதிவு செய்கிறது.
- காமிரா இயக்குவதற்கு நேரடியான மின்சக்தி வசதி (12V-30V) காமிராவில் லித்தியம்-அயன் பாலிமர் ரீசார்ஜ் (Lithium-ion polymer) செய்யும் பாட்டரியும் உள்ளது.
- பாட்டரியை 90 நிமிடங்கள் வரை பயன்படுத்தலாம். மீண்டும் சார்ஜ் செய்து கொள்ளவேண்டும்.
- காமிராவின் எடை மிகவும் குறைவு. சுமார் 2 கிலோகிராம்.

## பிளாக் மாஜிக் பாக்கெட் சினிமா காமிரா

## Black Magic Pocket Cinema Camera

- மிக மிக குறைந்த விலையிலும் / மிகச் சிறிய அளவு கொண்டது பிளாக் மாஜிக் பாக்கெட் சினிமா காமிரா.
- அதன் பெயருக்கு ஏற்ப நம் "பாக்கெட்"டில் பொருத்தும் அளவில் அபாரமாக வடிவமைத்துள்ளார்கள்.
- இக்காமிரா சூப்பர் 16 எம்.எம். (12.48எம்.எம்.x7.02) அளவு கொண்ட சென்சார் - சினிமா டி.என்.ஜி. ரா .ஃ.பைல்கள் மூலம் .ஃ.புல்.ஹெச்.டி. (1920x1080) தரத்தில் காட்சி பதிவு செய்கிறது.
- இக்காமிரா 13 ஸ்டாப்ஸ் "ஒளி அகலாங்கு" அளிக்கிறது.
- 3.5 இஞ்ச் திரவ படிக தொடுதிரை கொண்டதாகும்.
- காமிரா 128 எம்.எம். அகலமும் / 355 கிராம் எடையும்

கொண்டதாகும்.

- இக்காமிரா மைக்ரோ 4/3 வகை லென்ஸ்"களை பயன்படுத்துகிறது.
- காட்சிகள் எஸ்.டி. கார்டில் பதிவு செய்யப்படுகிறது.
- "ஒலி" யை காமிராவில் உள்ள மைக்ரோ.ஃபோன் ஸ்டீரியோ தரத்தில் பதிவு செய்கிறது.
- பவர் - லித்தியம்-அயன் இ.என்-இ.எல் 20

  Lithium-ion EN-EL 20) பாட்டரி.
- நேரடி மின்சாரம் (12V - 20V).

இக்காமிரா சிறிய இடங்களில் படம்பிடிக்க ஏற்றது. குறிப்பாக கார், பைக் மற்றும் அதிக கூட்டமான, மக்கள் நடமாட்டம் மிகுந்த இடங்களில் அமைதியாக படப்பிடிப்பு நடத்தவும் பிளாக் மாஜிக் பாக்கெட் காமிரா சிறப்பாக பயன்படும்.

மேலும் நிக்கானின் டி 800 (D 800), டி.எஸ்.எல்.ஆர். (DSLR) காமிராவின் செயல்பாடு சிறப்பாக உள்ளதாகவும் சமீபத்திய சில சோதனை காட்சி பதிவுகள் (test footage) வரத்தொடங்கியுள்ளன. இது 36 மெகா பிக்சல் கொண்ட சென்சார். ஃபுல் ஹெச்.டி. ரெசல்யூஷனில் பதிவு செய்கிறது. இக்காமிரா கேனான் மார்க் III யுடன் ஒப்பிடப்படுகிறது.

சீனத் தயாரிப்பான கினிரா (Kine raw), சூப்பர் 35 எம்.எம். டிஜிட்டல் சினிமா காமிரா தரமும் சிறப்பாக உள்ளது. இக்காமிரா சூப்பர் 35 எம்.எம். சி.மோஸ் சென்சாரை பயன்படுத்தி 2.5கே ரா ஃபைல்களில் காட்சிகளை பதிவு செய்கிறது. விலை நிர்ணயம் பிளாக் மாஜிக் காமிராவுடன் பொருந்துகிறது.

இக்காமிராக்களை திரைப்படங்களில் உபயோகிக்க ஆரம்பித்துள்ளனர். இவ்விரு காமிராக்களின் பல்வேறு விதமான செயல்பாடுகள் மற்றும் இதன் சாதக பாதக அம்சங்கள் இனிமேல் தான் தெரியவரும்.

★★★

பகுதி - 10

ஸ்பெஷல் - சினிமா காமிராக்கள்

பகுதி - 10

ஸ்பெஷல் - சினிமா காமிராக்கள்

Special Applications - Cinema Cameras

கோ ப்ரோ ஹீரோ 3

Go Pro Hero 3

- ஒரு செல்∴போன் அளவிலான சினிமா காமிராதான் "கோ ப்ரோ 3" (GoPro-Hero 3) இக்காமிரா ஒரு தீப்பெட்டி போன்ற வடிவமைப்பில் நிரந்தர லென்ஸ் (Fixed lens) அமைப்பில் தயாரிக்கப்பட்டுள்ளது.
- இக்காமிரா 2.7கே ரெசல்யூஷனில் நொடிக்கு 24 ∴ப்ரேம்களில் பதிவு செய்கிறது.
- நொடிக்கு 15 ∴ப்ரேம்கள் என்றால் இக்காமிரா 4கே ரெசல்யூஷனில் பதிவு செய்யும்.
- காமிரா ஆட்டோ ∴போகஸ் (Auto focus) அமைப்புடன் வருகிறது.
- காமிராவின் எடை - 75 கிராம்.
- காட்சிகளை மைக்ரோ எஸ்.டி. கார்டில் பதிவு செய்கிறது.
- காமிராவின் பாட்டரியை தொடர்ந்து உபயோகித்தால் 90 நிமிடங்கள் வரை வரும்.

- ஒலி உட்புற காமிரா அமைப்போடு மோனோ (mono).
- தண்ணீருக்கடியிலும் காமிரா பயன்படுத்தலாம். வாட்டர் ∴ப்ரூப் (water proof) காமிராவுடன் வருகிறது.

இக்காமிராவை எங்கு வேண்டுமானாலும் பொருத்தலாம். கார் துரத்தல், ரிமோட் ஹெலிகாப்டரில் பொருத்துவதற்கும், சைக்கிள் பிடியிலும் கூட "கோ ப்ரோ" வை பொருத்தி படமாக்கலாம்.

இக்காமிராவின் லென்ஸ் இரண்டு விருப்பங்களை மட்டுமே கொடுக்கிறது.

- அல்ட்ரா வைட் (பரந்த பார்வைக்கு)
- மீடியம் (நார்மல் வ்யூ பரப்புக்கு)

இக்காமிராவின் விலையும் சுமார் ஒரு உயர்ரக செல்∴போன் விலைக்கு உட்பட்டது.

## High speed cinematography

ஹை ஸ்பீட் சினிமெடோகிரா∴பி

∴பேன்தம் ∴ப்ளெக்ஸ் 4கே காமிரா

### Phantom Flex -4K camera

அல்ட்ரா ஸ்லோ மோஷன் (Ultra slow motion) காட்சிகளை பதிவு செய்யும் "ஹை ஸ்பீட்" டிஜிட்டல் காமிராக்களில் முக்கியமானது ∴பேன்தம் ∴ப்ளெக்ஸ் (Phanthom flex camera) காமிரா.

இக்காமிரா 4கே ரெசல்யூஷனில் ஒரு நொடிக்கு 1000 ∴ப்ரேம்கள் பதிவு செய்யவல்லது.

இக்காமிராவின் முக்கிய அம்சங்கள்

- வகை - ஹை ஸ்பீட் டிஜிட்டல் சினிமா காமிரா.
- ரெசல்யூஷன் - 4கே (4096x2160 பிக்சல்).
- லென்ஸ் மவுண்ட் - பி.எல்.
- வ்யூ ∴பைண்டர் - ∴பேன்தம் ஓ.எல்.இ.டி. (Phanthom O.L.E.D.)
- ரெக்கார்டிங் - ∴பேன்தம் சினி மாக் மீடியா 1TB & 2TB (Phanthom cine mag media (1TB & 2TB)

இவ்வகை காமிராக்கள் அதிகமாக விளம்பரப் படங்களிலும் பிரம்மாண்டமான ஆக்ஷன் காட்சிகளிலும் மேலும் விளையாட்டு காட்சிகளை ஸ்லோ மோஷனில் பதிவு செய்யவும் உபயோகப்படுத்தப்படுகிறது.

∴பேன்தம் ∴ப்ளெக்ஸ் 4கே காமிராவை அடுத்து "வீஸ் கேம்"(Weiss Cam) என்ற காமிராவும் பிரபலமாக உள்ளது. வீஸ் கேம் - 2கே ரெசல்யூஷனில் நொடிக்கு 1500 ∴ப்ரேம்கள் பதிவு செய்கிறது.

வீஸ் கேம்

★ ★ ★

பகுதி - 11

லென்ஸ்

பகுதி - 11

லென்ஸ்

(LENS)

காமிராவின் முக்கியமான இணைப்பு பாகம் "லென்ஸ்". "கான்கேவ்" (concave) மற்றும் "கான்வெக்ஸ்" (convex) கண்ணாடிகளின் இணைப்புதான் "லென்ஸ்" ஆக உருவாக்கப்படும் அடிப்படை அறிவியல் நுட்பம்.

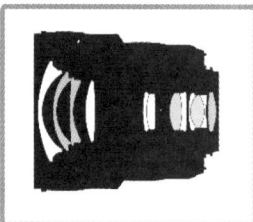 

"லென்ஸ்" என்ற வார்த்தை கிரேக்கச் சொல்லான "லென்டில்" என்பதிலிருந்து மறுவி வந்தது. "லென்டில்" என்ற ஒரு பருப்பு வகை, அப்படியே லென்ஸ் போன்ற வடிவில் இருக்கும்.

லென்ஸை காமிராவின் முன் பாகத்தில் "லென்ஸ் மவுண்ட்" என்ற இடத்தில் பொருத்த வேண்டும்.

லென்ஸ் இரண்டு முக்கியமான பணிகளைச் செய்கிறது.

- ஒளியை அப்ரேட்சர் என்ற திறப்பு மூலம் கட்டுப்படுத்துகிறது.

- லென்ஸில் உள்ள ∴போகஸ் வளைவு மூலம் காமிராவின் வ்யூ ∴பைண்டரில் பார்த்தவாறு காட்சிகளை நமக்கு எந்த பகுதி தெளிவாக வேண்டுமோ அதை ∴போகஸ் செய்ய உதவுகிறது.

## அப்ரேட்சர் (Aperture)

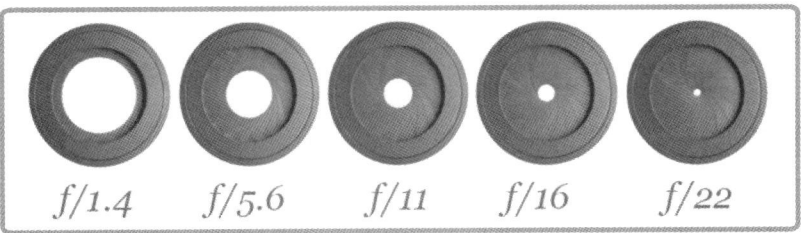

ஒளியானது லென்ஸ் வழியாக செல்லும்போது காட்சிகளின் தன்மைக்கு ஏற்றவாறு "ஒளி அளவை" தீர்மானிக்க வேண்டி "அப்ரேட்சர்" என்ற விருப்பம் லென்ஸில் உள்ளது.

அப்ரேட்சர் திறப்புகளை "எ∴ப்" அல்லது "டி" ஸ்டாப் என்ற எண்களால் நிர்மாணிக்கப்படுகிறது.

F 1.2 / 1.4 / 1.8 / 2 / 2.8 / 3.1 / 3.5 / 4 / 5.6 / 8 / 11 / 16 / 22 / 32

"எ∴ப்" எண்கள் அதிகரிக்க அதிகரிக்க "ஒளி" யின் அளவு காமிராவுக்குள் செல்வது குறையும்.

பொதுவாக ஐஹ ஸ்பீட் லென்ஸ் என்பதை அப்ரேட்சர் திறப்பை வைத்தே சொல்லப்படுவதுண்டு. குறைந்த "எ∴ப்" எண் கொண்ட லென்ஸ் அதிக வெளிச்சத்தை காமிராவுக்கு செலுத்தும்.

## டெப்த் ஆ∴ப் ∴பீல்ட் (Depth of field)

∴ப்ரேமில் படமாக்கும் பொருளின் முன்னும் பின்னும் ∴போகஸ் (Focus), துல்லியமும் (Zone of sharpness) படிப்படியாக மாறுபடும்.

டிஜிட்டல் ஒளிப்பதிவின் "கலை சார்ந்த பதிவிற்கு" (Artistic) "டெப்த் ஆ∴ப் ∴பீல்ட்" நிர்ணயம்

ஒரு ஒளிப்பதிவாளருக்கு மிகவும் முக்கியம்.

ஒரு காட்சியை ∴போகஸ் செய்து பதிவாக்கம் செய்யும்போது காட்சியின் பின்புறம் (Background) ஒருவித “மங்கலாக” (Out of focus) இருந்தால் அது காட்சிக்கு அழகுணர்ச்சியை ஊட்டும். இதை “போக்ஹே” (Bokeh) என்பார்கள்.

நாம் ∴போகஸ் செய்யும் பொருளுக்கு பின்னால் (Background) கொஞ்சம் டெப்த் மாறுபட்டால்தான் காட்சிக்கு (Subject) தனித்தன்மை கிடைக்கும்.

ஒளிப்பதிவில் “டெப்த் ஆ∴ப் ∴பீல்ட்” டை கட்டுப்படுத்த மூன்று முக்கியமான காமிரா கட்டுப்பாடுகள் கொண்டு செய்ய வேண்டும்.

- சென்சார்
- அப்ரேட்சர்
- ∴போகல் லென்த்

டிஜிட்டல் சினிமா காமிராக்களில் உள்ள “சென்சாரின்” அளவு மிக முக்கிய பங்கு வகிக்கிறது.

சென்சாரின் அளவு அதிகமாகும் போது “காட்சிப்பதிவில்” போக்ஹே (Bokeh) டெப்த் ஆ∴ப் ∴பீல்ட் நன்றாக கட்டுப்படும்.

அப்ரேட்சர் எண் அதிகமாக ஆக டெப்த் (Depth) கூடிக்கொண்டே போகும். அப்ரேட்சர் எண் குறையக்குறைய - டெப்த் குறைந்து காட்சிக்கு அழகூட்டும்.

அதேபோல் டெலி லென்ஸ் பயன்படுத்தும் போதும் டெப்த் ஆ∴ப் ∴பீல்ட் கன்ட்ரோல் கிடைக்கும்.

## ∴போகல் லென்த் (Focal length)

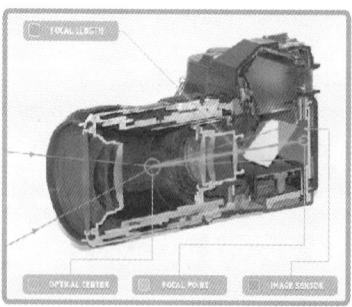

என்ன வகையான “லென்ஸ்” பயன்படுத்துகிறோம் (நார்மல் அல்லது டெலி லென்ஸ்) என்று அறிய ∴போகல் லென்த் அளவுகோல் உபயோகமாகிறது.

லென்ஸ் இரண்டு முக்கிய வகைகளாக பிரிக்கப்படுகிறது.

- ப்ரைம் லென்ஸ் (Prime lens)
- ஜூம் லென்ஸ் (Zoom lens)

மேலே உள்ள இரண்டு வகை லென்ஸுகள் மூன்று முக்கியமான பார்வை பரப்புகளுக்கு உட்படுகிறது.

- நார்மல் லென்ஸ் (Normal lens)
- வைட் லென்ஸ் (Wide lens)
- டெலி லென்ஸ் (Tele lens)

## நார்மல் லென்ஸ் (Normal lens)

மனிதனுடைய கண்களில் உள்ள பார்வைக்கோணத்தை அடிப்படையாக கொண்டு தயாரிக்கப்படுகிறது. படமாக்கும் பரப்பு - $45^0$ டிகிரி

35 எம்.எம்.காமிராவிற்கு - 50 எம்.எம். நார்மல் லென்ஸ் ஆகும்.

## வைட் லென்ஸ் (Wide lens)

நார்மல் லென்ஸை விட அதிக பார்வை பரப்பு (Angle of view) கொண்டு தயாரிக்கப்படும் லென்ஸ் "வைட் லென்ஸ்" ஆகும்.

அதிக பார்வை பரப்பை படமாக்கும் திறனுள்ள வைட் லென்ஸ் படமாக்கும் காட்சிகளின் தன்மை

இயல்பை விட இமேஜின் அளவு சுருக்கப்படும்.

8 எம்.எம். லிருந்து 40 எம்.எம். வரை உள்ள லென்ஸ் "வைட்" ரகத்தை சார்ந்தது.

## டெலி லென்ஸ் (Tele lens)

டெலி லென்ஸ் பயன்படுத்தும் போது படமாக்கும் இடமோ, பொருளோ இயல்பை விட பெரியதாக பதிவாகும்.

டெலி லென்ஸ் பார்வை பரப்பு அதன் எம்.எம். அளவைப் பொருத்து சுருங்கும்.

75 எம்.எம். லிருந்து 500 எம்.எம். வரை தயாரிக்கப்படும் லென்ஸ் "டெலி லென்ஸ்" ஆகும்.

## ப்ரைம் லென்ஸ் (Prime lens)

பிரத்தியேகமாக குறிப்பிட்ட எம்.எம்.ல் வடிவமைக்கப்படும் லென்ஸ்கள் "ப்ரைம் லென்ஸ்" எனப்படும்.

ப்ரைம் லென்ஸ் வைட், நார்மல், டெலி ஆகிய அனைத்து வகைகளிலும் தயாரிக்கப்படுகிறது.

உதாரணம் - 20 எம்.எம், 35 எம்.எம், 50 எம்.எம், 85 எம்.எம், 100 எம்.எம், 135 எம்.எம், 200 எம்.எம், 350 எம்.எம், 400 எம்.எம், 500 எம்.எம். ஆகிய அளவுகளில் பல லென்ஸ் நிறுவனங்கள் தயாரிக்கின்றன.

## ஜூம் லென்ஸ் (Zoom lens)

பல நகரும் பாகங்களை கொண்ட லென்ஸ்களை ஒருங்கிணைத்-து ஒரே லென்ஸாக வடிவமைக்கப்படுவதுதான் "ஜூம் லென்ஸ்".

பிரபலமான ஜூம் லென்ஸ் வகைகள்

11 - 16 எம்.எம்.

16 - 35 எம்.எம்.

24 - 70 எம்.எம்.

24 - 105 எம்.எம்.

30 - 300 எம்.எம்.

70 - 200 எம்.எம்.

70 - 300 எம்.எம்.

25 - 500 எம்.எம்.

ஆகிய வகைகளில் தயாரிக்கப்படுகிறது.

கேனான் 5டி மார்க் II மற்றும் III காமிராக்கள் திரைப்பட ஒளிப்பதிவில் வெற்றி பெற்றதற்கான மிக முக்கியமான காரணங்களில் ஒன்று அதனுடைய தரம் வாய்ந்த ஸ்டில் ஃபோட்டோகிராஃபிக்கு பயன்பட்டு வந்த "கேனான் இ.எஃப்." லென்ஸுகள்தான்.

பல ஒளிப்பதிவாளர்கள் "கேனான் லென்ஸ்" ஸை விருப்பியதற்கு முக்கிய காரணம் தரம் வாய்ந்த இமேஜ் துல்லியம் மற்றும் எடை குறைவாக இருந்ததும்தான். விலையும் "சினி லென்ஸை" விட பல மடங்கு குறைவாக இருந்தது.

அதனால் சமீபத்திய நவீன காமிராக்களான "ரெட்", "பிளாக் மாஜிக்", கேனான் சினி காமிராக்களில் கேனான் இ.எஃப். லென்ஸ் பொருத்தும் வகையில் இ.எஃப். மவுண்டிலும் காமிராவை தயாரித்து வருகிறார்கள்.

கேனான் இ.எ..ஃப். லென்ஸுகள் 50 க்கும் மேற்பட்ட வகைகளில் உள்ளன.

## கேனான் இ.எ.ஃப். மவுண்ட்டில் வரும் முக்கிய லென்ஸ் வகைகள்

11 - 16 எம்.எம். (F/2.8)

16 - 35 எம்.எம். (F/2.8)

24 - 70 எம்.எம். (F/2.8)

24 - 105 எம்.எம். (F/4)

50 எம்.எம். (F/1.4) & (F/1.2)

70 - 200 எம்.எம். (F/2.8) (F/4)

100 எம்.எம். மேக்ரோ (Macro) (F / 2.8)

மேலே குறிப்பிட்ட கேனான் ஸ்டில் லென்ஸ்கள் உயர்தரமான காட்சிகளை அளித்தாலும் சினிமா ஒளிப்பதிவில் இவ்வகை லென்ஸ்களைப் பயன்படுத்தும்போது "ஃபாலோ ஃபோகஸ்" (Follow focus) செய்வது சிரமமாக உள்ளது.

இதை மனதில் கொண்டு புகழ் பெற்ற "கார்ல் ஜீஸ்" (Carl zeiss) நிறுவனம் வேகமாக வளர்ந்து வரும் டிஜிட்டல் ஒளிப்பதிவிற்கு ஏற்றாற்போல ஓரளவு குறைந்த எடையில் வடிவமைத்த லென்ஸ்கள்தான் சி.பி.2 (CP.2) என்ற காம்பாக்ட் ப்ரைம் (Compact prime) லென்ஸ்கள்.

காம்பாக்ட் ப்ரைம் லென்ஸ்கள் :

- பி.எல். (PL)
- இ.எ.ஃப். (EF)
- எ.ஃப். (F)
- இ. (E)
- எம்.எ.ஃப்.டி. (MFT)

ஆகிய ஐந்து மவுண்ட் வகைகளில் தயாரிக்கின்றனர்.

| லென்ஸ் | அப்ரேட்சர் | எடை(கிலோவில்) |
|---|---|---|
| சி.பி.2  15எம்.எம். | T 2.9 - 22 | 0.9 |
| சி.பி.2  21எம்.எம். | T 2.9 - 22 | 1.0 |
| சி.பி.2  25எம்.எம். | T 2.9 - 22 | 0.9 |
| சி.பி.2  28 எம்.எம். | T 2.1 - 22 | 1.0 |
| சி.பி.2  35எம்.எம். | T 2.1 - 22 | 1.0 |
| சி.பி.2  50எம்.எம். | T 2.1 - 22 | 0.9 |
| சி.பி.2  85எம்.எம். | T 2.1 - 22 | 0.9 |
| சி.பி.2  100எம்.எம். | T 2.1 - 22 | 1.5 |
| சி.பி.2  135எம்.எம். | T 2.1 - 22 | 1.6 |

கார்ல் ஜீஸ் சி.இசட். 2 (CZ 2) காம்பேக்ட் ஜூம் லென்ஸ்

| லென்ஸ் | அப்ரேட்சர் | எடை(கிலோவில்) |
|---|---|---|
| 15-30 எம்.எம். | T 2.9 - 22 | 2.6 |
| 70-200 எம்.எம். | T 2.9 - 22 | 2.8 |
| 28-80 எம்.எம். | T 2.9 - 22 | 2.5 |

காம்பேக்ட் ப்ரைம் லென்ஸ்கள் (CP 2) கேனான் ஸ்டில் லென்ஸ்களைவிட சற்று விலை அதிகம். ஆனால் அவ்விலை நிர்ணயம் வாங்கக் கூடிய அளவில்தான் உள்ளது.

## Arri & Carl Zeiss Cine Lens

### ஆரி & கார்ல் ஜீஸ் சினி லென்ஸ்

புகழ்பெற்ற "ஆரி" நிறுவனமும், "கார்ல் ஜீஸ்" நிறுவனமும் இணைந்து பல ஆண்டுகளாக தலைசிறந்த சினி லென்ஸ்களை சிறந்த தரக்கோட்பாட்டுடன் உருவாக்கி வருகிறார்கள்.

இவ்வகை லென்ஸ்கள் அதிக தரம் வாய்ந்ததால் விலை நிர்ணயமும் அதை ஒட்டியே உள்ளது. அதனால் இவ்வகை "லென்ஸ்களை" வாடகைக்கு மட்டுமே எடுத்து பயன்படுத்துகிறார்கள்.

ஆரி & கார்ல் ஜீஸ் லென்ஸ்கள் இரண்டு முக்கிய தயாரிப்புகளாக பி.எல். (PL) மவுண்ட் வசதியுடன் வருகிறது.

### மாஸ்டர் ப்ரைம் (Master prime) லென்ஸ்கள், அல்ட்ரா ப்ரைம் லென்ஸ்கள் (Ultra prime)

### மாஸ்டர் ப்ரைம் (Master prime) லென்ஸ்கள்

இது ஐஹு ஸ்பீட் லென்ஸ் அமைப்பு கொண்டது. குறைந்த ஒளியில் மிகத்துல்லியமான காட்சிகளை இவ்வகை லென்ஸ்கள் மூலம் பதிவு செய்ய முடியும்.

மாஸ்டர் ப்ரைம் 16 வகை எம்.எம். களில் லென்ஸ்களை தயாரிக்கிறது.

அனைத்து லென்ஸ்களும் அப்ரேட்சர் T 1.3 - 22 அமைப்பிலும், எடை சுமார் 2 கிலோ முதல் 3 கிலோ வரையும் தயாரிக்கப்படுகிறது.

12, 14, 16, 18, 21, 25, 27, 32, 35, 40, 50, 65, 75, 100, 135, 150 எம்.எம். களில் உள்ளது.

## அல்ட்ரா ப்ரைம் லென்ஸ்கள் (Ultra prime)

அல்ட்ரா ப்ரைம் லென்ஸ்கள் குறைந்த எடையில் "ஸ்டாண்டர்ட் ஸ்பீட்" லென்ஸ்களாக வகைப்படுத்தப்படுகிறது.

இங்கே திரைத்துறையில் அதிக பயன்பாடுள்ள அல்ட்ரா ப்ரைம் லென்ஸ்கள் பற்றிய தகவல்களைப் பார்க்கலாம்.

| லென்ஸ் | அப்ரேட்சர் | எடை(கிலோவில்) |
|---|---|---|
| 8 ஆர் (8R) | T 2.8 - 22 | 2 |
| 16 எம்.எம். | T 1.9 - 22 | 1.2 |
| 24 எம்.எம். | T 1.9 - 22 | 1.0 |
| 28 எம்.எம். | T 1.9 - 22 | 1 |
| 32 எம்.எம். | T 1.9 - 22 | 1.1 |
| 50 எம்.எம். | T 1.9 - 22 | 1.0 |
| 85 எம்.எம். | T 1.9 - 22 | 1.2 |
| 100 எம்.எம். | T 1.9 - 22 | 1.6 |
| 135 எம்.எம். | T 1.9 - 22 | 1.6 |

## ஆன்ஜிநியுக்ஸ் (Angenieux) லென்ஸ்

ஏறத்தாழ 75 ஆண்டுகளாக தெல்ஸ் ஆன்ஜிநியுக்ஸ் (Thales Angenieux) நிறுவனம் உலகின் மிகச்சிறந்த சினிமா லென்ஸ்களை தயாரித்து வருகிறது. அதன் தொழில்நுட்ப சாதனைகளுக்காக அகாடமி விருதும் கிடைத்துள்ளது.

### ஆன்ஜிநியுக்ஸ் ஆப்டிமோ 25 - 500 எம்.எம். ஜூம் லென்ஸ் (Angenieux optimo 25 - 500 mm zoom lens)

இந்த ஜூம் லென்ஸ்ஸை இந்தியாவில் உள்ள எல்லா அவுட்டோர் யூனிட்களும் வாடகைக்கு வைத்திருப்பார்கள்.

தொழில்நுட்ப தகவல்

அப்ரேட்சர் - F/3.2

எடை - 7.3 கிலோ

பொதுவாக பி.எல். மவுண்ட்டில் வருகிறது. தேவைப்பட்டால் கேனான் இ.எ்.ப். (EF) மவுண்ட்டில் பிரத்தியேக ஆர்டரின் மூலம் பெற்றுக்கொள்ளலாம்.

ஆப்டிமோ - பிற ஜூம் லென்ஸ்கள்

28 - 340 எம்.எம்.

15 - 40 எம்.எம்.

45 - 120 எம்.எம்.

24 - 290 எம்.எம்.

ஆகிய வகைகளிலும் தயாரிக்கப்படுகிறது.

## கூக் லென்ஸ்கள் (Cooke lenses)

பல சர்வதேச விருதுகளையும் பாராட்டுகளையும் வென்றுள்ள "கூக்" சினி லென்ஸ்கள் பாரம்பரியமிக்கவை.

இந்நிறுவனம் 1894 ஆண்டிலிருந்து தரமான லென்ஸ் தயாரிப்புகளை திரைத்துறைக்கு தொடர்ந்து வழங்கி வருகிறது.

கூக் ப்ரைம் லென்ஸ் எஸ் 4/ஐ (Cooke prime lens S 4/i)

| லென்ஸ் | எடை(கிலோவில்) |
|---|---|
| 12 | 3 |
| 14 | 2.2 |
| 16 | 2.5 |
| 18 | 1.75 |
| 21 | 2 |
| 25 | 1.6 |
| 27 | 1.6 |
| 32 | 1.8 |
| 35 | 1.9 |
| 50 | 1.5 |
| 65 | 1.30 |

மேலே குறிப்பிட்டுள்ள அனைத்து லென்ஸ்களின் அப்ரேட்சர் எண் T 2 - 22 வரை.

கூக் சி.எக்ஸ்.எக்ஸ். ஜூம் லென்ஸ் (CXX Zoom lens)

15 - 40 எம்.எம். ஜூம் லென்ஸ்

அப்ரேட்சர் - T2

எடை - 3.6 கிலோ

ரெட் சினி லென்ஸ் (Red Cine Lens)

ரெட் காமிரா நிறுவனம் அதனுடைய 4கே காமிரா வரிசைக்கு ஏற்றவாறு "ரெட் ப்ரோ" ப்ரைம் லென்ஸ்களை தயாரித்துள்ளது.

| லென்ஸ் | அப்ரேட்சர் | எடை(கிலொவில்) |
|---|---|---|
| 18 எம்.எம். | T 1.8 - 22 | 2.9 |
| 25 எம்.எம். | T 1.8 - 22 | 2.7 |
| 35 எம்.எம். | T 1.8 - 22 | 2.7 |
| 50 எம்.எம். | T 1.8 - 22 | 2.05 |
| 85 எம்.எம். | T 1.8 - 22 | 1.9 |
| 100 எம்.எம். | T 1.8 - 22 | 1.9 |
| 300 எம்.எம். | T 2.9 - 34.6 | 2.2 |

ரெட் லென்ஸ்கள் பி.எல். (PL) மவுண்ட்டில் தயாரிக்கப்படுகின்றன. ரெட் லென்ஸ்கள் இரண்டு வகை ஜூம் லென்ஸ்களை அளிக்கிறது.

| லென்ஸ் | அப்ரேட்சர் | எடை(கிலொவில்) |
|---|---|---|
| 17 - 50 எம்.எம். | T 2.9-22 | 1.45 |
| 18 - 85 எம்.எம். | T 2.9-22 | 4.5 |

## Canon EOS Cine Lens

கேனான் ஈ.ஓ.எஸ். சினி லென்ஸ்

      கேனான் நிறுவனம் தனது சினிமா காமிராக்களை அறிமுகப்படுத்திய அதே வேளையில் ஈ.ஓ.எஸ். சினி லென்ஸ்களை மிகச் சிறப்பாக 4கே ரெசல்யூஷனுக்கு ஏற்றவாறு குறைந்த எடையில் எளிமையான வடிவத்தில் தயாரித்துள்ளார்கள்.

      கேனான் சினி லென்ஸ் பி.எல்./இ.எ.்.ப். ஆகிய இரண்டு வகைகளில் வருகிறது.

கேனான் சினிமா ப்ரைம் லென்ஸ்

24 எம்.எம். - T 1.5

50 எம்.எம். - T 1.3

85 எம்.எம். - T 1.3

கேனான் ஜூம் லென்ஸ்

கேனான் ஜூம் லென்ஸ்

சி.என்-இ 14.5-60எம்.எம்.(CN-E 14.5-60mm)

சி.என்-இ 30-300எம்.எம்.(CN - E 30-300mm)

சி.என்-இ 15.5-47எம்.எம்.(CN - E 15.5-47mm)

சி.என்-இ 30-105எம்.எம்.(CN - E 30-105mm)

ஆகியவை கேனான் தயாரிப்புகள்.

மைக்ரோ 4/3 லென்ஸ்கள் (Micro 4/3 lenses)

மைக்ரோ 4/3 சென்சார் அமைப்பும், லென்ஸ் மவுண்ட் அமைந்துள்ள காமிராவுக்கு ஏற்றவாறு மைக்ரோ 4/3 லென்ஸ்கள் தயாரிக்கப்படுகின்றன.

ஒலிம்பஸ் (Olympus), பானாசானிக் (Panasonic), லீக்கா (Leica), ஸிக்மா (Sigma), வாய்க்லெண்டர் (Voiglander) ஆகிய நிறுவனங்கள் இவ்வகை லென்ஸ்களைத் தயாரிக்கின்றன.

பிளாக் மாஜிக் பாக்கெட் சினி காமிராவிற்கு மைக்ரோ 4/3 லென்ஸ்களை பயன்படுத்த வேண்டும்.

8 எம்.எம். முதல் 12, 14, 17, 19, 20, 30, 45, 75 எம்.எம். வரை சிங்கிள் லென்ஸ்களாக கிடைக்கின்றன.

ஜூம் லென்ஸ்

7 - 14 எம்.எம்.

14 - 42 எம்.எம்.

14 - 150 எம்.எம்.

ஆகிய பல ரகங்களில் கிடைக்கிறது.

தற்போது ரோக்கினான் (Rokinon), சாம்யங் (Samyang) ஆகிய நிறுவனங்கள் மிகக் குறைந்த விலையில் சினி லென்ஸ்களை தயாரிக்க தொடங்கியுள்ளனர்.

ஆர்.பி. (RP) என்ற அமெரிக்க நிறுவனம் சிறந்த ஸ்டில் லென்ஸ்களை சினி லென்ஸ்களாக மாற்றி வடிவமைத்து குறைந்த விலையில் தருகிறார்கள்.

★ ★ ★

பகுதி - 12

காமிரா உபகரணங்கள்

# பகுதி - 12

## காமிரா உபகரணங்கள்

## (Camera Accessories)

நவீன ஒளிப்பதிவு யுகத்தில் பல உபகரணங்கள் அறிமுகமாகிக்கொண்டே இருந்தாலும் அது அக்காட்சி மற்றும் ஒளிப்பதிவாளரின் சிந்தனையை ஒட்டி பயன்படுத்தப்படுகிறது.

இங்கே பொதுப்படையாக டிஜிட்டல் சினிமா ஒளிப்பதிவிற்கு தேவைப்படும் முக்கிய உபகரணங்களை பற்றிய செயல்பாடுகளைப் பார்ப்போம்.

### காமிரா ட்ரை பாட் (Camera Tripod)

ட்ரை (tri) என்றால் ‘‘மூன்றை’’க் குறிக்கும். மூன்று கால்கள் கொண்ட ட்ரை பாட் ‘‘தலை மீது’’ பேஸ் ப்ளேட் (base plate) இணைப்புடன் ‘‘காமிரா’’ வை வைத்து தேவையற்ற அசைவின்றி ‘‘நிலையாக’’ படமாக்க உதவுகிறது.

‘‘டெலி’’ லென்ஸ் பயன்படுத்தும் போது ‘‘ட்ரை பாட’’ மீது காமிராவை செலுத்தி இயக்குவது சாலச்சிறந்தது. தேவையற்ற அதிர்வுகளை வடிகட்டுவதோடு துல்லியமான காட்சிப்பதிவிற்கு முக்கியமானது.

அதுமட்டுமில்லாமல் காமிரா ‘‘ட்ரை பாட்’’ ஃப்ரேமிங், லைட்டிங் ஆகியவற்றை தீர்மானிக்க ஒளிப்பதிவாளருக்கு உதவுகிறது. ட்ரை பாட் பல வகைகளில் கிடைக்கிறது.

### காமிரா பேஸ் ப்ளேட் (Base Plate)

‘‘பேஸ் ப்ளேட்’’ ஆனது நீள்சதுர வடிவில் ‘‘துவாரங்களோடு’’ இருக்கும். அதை காமிராவின் கீழ்ப்பகுதியில்

“ஸ்க்ரூ” (Screw) கொண்டு திருகி “ட்ரை பாட்” தலையின் மீது வைத்து “லாக்” (Lock) செய்ய உதவுகிறது.

## மேட்டீ பாக்ஸ் (Matte Box)

லென்ஸின் முன் பக்கத்தின் இறுதியில் “மேட்டீ பாக்ஸ்” பொருத்தப்படுகிறது.

மேட்டீ பாக்ஸ் தேவையற்ற சூரிய ஒளி படுவதை பாதுகாப்பதோடு ∴பில்டர்களை லென்ஸின் முன் வைக்கவும் உதவுகிறது.

## ∴பாலோ ∴போகஸ் கிட் (Follow focus kit)

∴பாலோ ∴போகஸ் அமைப்பு உருண்டையாக பற்கள் கொண்டதாகும். இதை பேஸ் ப்ளேட் ராட் (Base plate rod) உள்ளே செலுத்தி இதனுடைய பற்களை “லென்ஸ்”ல் உள்ள ∴போகஸ் வளைவு பற்களோடு இணைக்க வேண்டும். இது காட்சிகளை ∴போகஸ் செய்வதற்கு மிகவும் உதவியாக இருக்கும்.

## மானிட்டர் (Monitor)

ஒளிப்பதிவாளர் காமிராவை “வ்யூ ∴பைண்டர்” அல்லது காமிராவின் திரவ படிக திரையைக் (LCD) கொண்டு இயக்கும்போது அக்காட்சிகளை காண காமிராவிலிருந்து விடியோ/ஆடியோ அவுட் புட் கேபிள்கள் மூலமாக

"மானிட்டர்" உடன் இணைத்து படமாக்கும் காட்சிகளை நேரடியாக பார்க்க உதவுகிறது.

ஹெச்.டி. (HD) வகை காமிராக்களுக்கு ஹெச்.டி.எம்.ஐ. (HDMI) கேபிள்கள் மூலம் ஹெச்.டி.எம்.ஐ. மானிட்டர் (HDMI monitor) பயன்படுத்தப்படுகிறது.

இது "விடியோ அஸிஸ்ட்" (video assist) என்றும் அழைக்கப்படுகிறது. சில சமயங்களில் காமிராவை உயரமான கிரேன்களில் வைத்து இயக்கும் போது ஒளிப்பதிவாளர் "மானிட்டர்" மூலமாகவே காமிரா இயக்கத்தை செய்வார்.

## வெளிப்புற பாட்டரிகள் (External Batteries)

உயர்ரக ஹெச்.டி. ரக காமிராக்களை பயன்படுத்தும்போது குறிப்பாக 4கே ரெசல்யூஷனில் பதிவு செய்யும் காமிராக்களுக்கு நீண்ட நேர மின்சக்தியுள்ள "பாட்டரிகள்" தேவைப்படுகிறது.

இவ்வகையான உயர் ரக லித்தியம்-அயன் (Lithium-ion) பாட்டரிகள் ரெட், பிளாக் மாஜிக் காமிராக்களை இயக்க உதவுகிறது. காமிராவின் "வி மவுண்ட் பேக் ப்ளேட்" (V mount back plate) உடன் இணைக்கப்படுகிறது.

எக்ஸ் பி-எல் 95 ரெட் (XP-L 95) வி மவுண்ட் பாட்டரிகள் மூலம் தொடர்ந்து 3 மணி நேரம் காமிராவை இயக்க முடியும். இதற்கென்று பிரத்தியேகமான சார்ஜர்கள் (charger) உள்ளன.

## ஸ்டெடி கேம் (Steady Cam)

காமிராவை கையில் வைத்து இயக்கும்போது அது உடலின் அதிர்வுகளையும் சேர்த்து காட்சிகளில் பதிவு செய்து விடுகிறது.

இந்த குறையை நிவர்த்தி செய்வதற்காக

1975ம் ஆண்டு “க்கேரெட் ப்ரவுன்” (Garrett Brown) என்ற ஒளிப்பதிவாளரால் “ஸ்டெடி கேம்” அறிமுகப்படுத்தப்பட்டது.

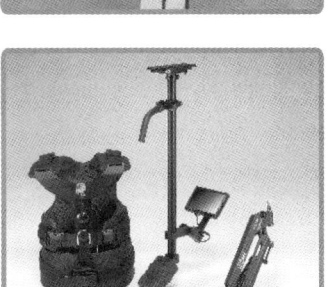

“ஸ்டெடி கேம்” மவுண்ட் மீது காமிராவை பொருத்தி அது பெல்ட்கள் (Belt) மூலம் காமிரா இயக்குபவரின் முதுகில் கட்டப்படுகிறது.

இதன் மூலம் காமிரா இயக்குபவரின் அசைவுகள் முற்றிலுமாக வடிகட்டப்படுகிறது.

காமிரா ஆபரேட்டர் மானிட்டரை பார்த்தவாறே காமிராவை இயக்குவார்.

இன்று ஸ்டேடி கேம் பல வடிவங்களில் மருவி புதுப்புது பொலிவுடன் தொடர்ந்து காமிராவின் தயாரிப்புக்கு ஏற்றவாறு வடிவமைக்கப்படுகிறது. கரடு முரடான நிலப்பரப்பின் மீது காமிரா அசைவுகளை அமைக்கும் போது, ஸ்டேடி கேம் பயன்படுத்தி எடுக்கப்படும் காட்சிகள் எந்த அதிர்வுமின்றி காமிரா அசைவுகளை வடிகட்டி காட்சிகளைப் தெளிவாக பதிவாக்குகிறது.

## ஷோல்டர் மவுண்ட் (Shoulder Mount)

காமிராவை கையில் வைத்து இயக்குவதற்கு வசதியாக தயாரிக்கப்படுகிறது “ஷோல்டர் மவுண்ட்”.

ஸ்கார்பியோ க்ரேன் (Scorpio crane)

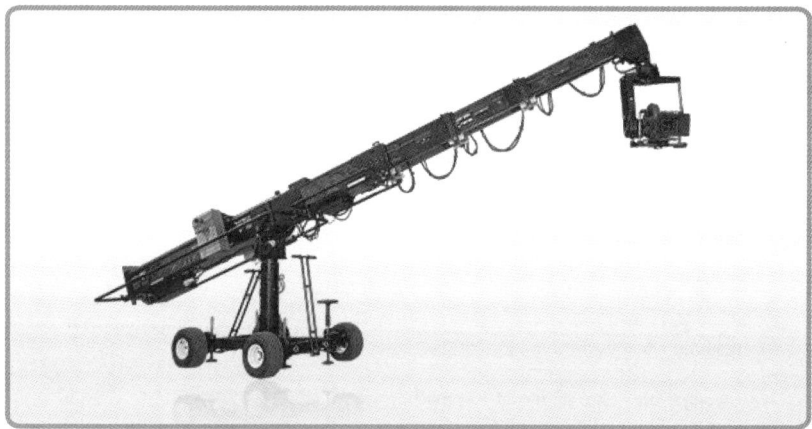

ட்ராலி/டாலி (Trolley/dolly)

கார் மவுண்ட் ரிக் (Car mount rig)

ஹெலி கேம் (Helicam)

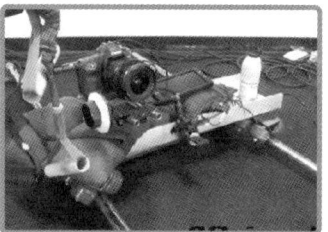
சேண்ட் பேக்
(Sand bag)

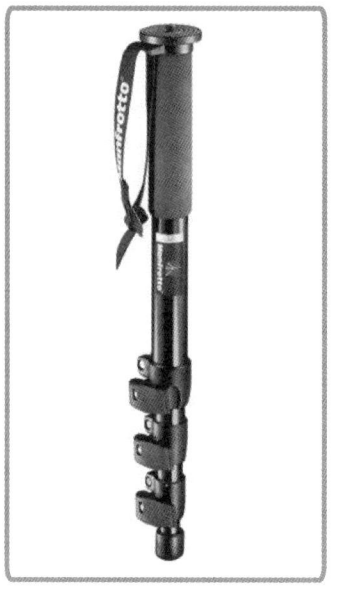

போர்டபிள் ஜிம்மி ஜிப்
(Portable jimmy jib)

மோனோ பாட்
(Mono pod)

அண்டர் வாட்டர் மவுண்ட் (Under water mount)

காமிரா ஸ்லைடர்
(Camera slider)

வெளிப்புற மைக்ரோ போன்
(External micro phones)

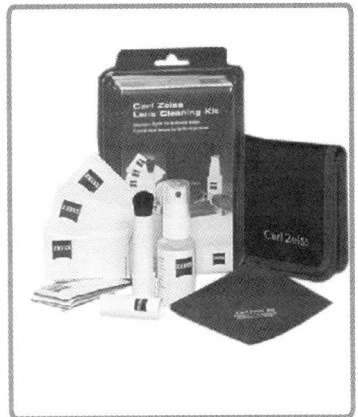
லென்ஸ் க்ளீனர் கிட்
(Lens cleaner kit)

★ ★ ★

# DATA
## MANAGEMENT

பகுதி - 13

டேட்டா மானேஜ்மெண்ட்

## பகுதி - 13

# டேட்டா மானேஜ்மெண்ட்

# (Data Management)

படப்பிடிப்பில் காமிராவில் உள்ள "மெமரி கார்டில்" உள்ள காட்சி தகவல்களை மடிக்கணினிக்கும் (Laptop) மற்றும் "எக்ஸ்டெர்னல் ஹார்ட் டிஸ்க் ட்ரைவ்" விலும் (Hard disk drive) பாதுகாப்பாக நகலெடுக்கும் பணியை செய்வது "டேட்டா மானேஜ்மெண்ட்" எனப்படும்.

காமிராவைப்பற்றிய அடிப்படை அறிவும், மென்பொருள் (Software) இயக்கம் பற்றிய மேம்பட்ட திறனும் கொண்ட தொழில்நுட்ப வல்லுநர்களால் இப்பணி செய்யப்படுகிறது. சில சமயங்களில் உதவி படத்தொகுப்பாளர்களும் (Assistant editors) இப்பணியில் ஈடுபடுத்தப்படுவார்கள்.

ஃபிலிம் கொண்டு ஒளிப்பதிவு செய்யும் முறையில் பதிவு செய்யப்பட்ட ஃபிலிமை லாப்பிற்கு எடுத்துச்சென்று ப்ராஸசிங் (Processing) செய்து "நெகடிவாக" மாற்றுவார்கள்.

அந்த நெகடிவ் "டெலிசினி" மூலம் பாஸிடிவ் இமேஜ்களாக டேப்பில் அல்லது டி.வி.டி. யில் மாற்றப்பட்டு அது படத்தொகுப்புப் பணிக்கு அனுப்பப்படும்.

டிஜிட்டல் ஒளிப்பதிவில் "டேட்டா மானேஜ்மெண்ட்" வல்லுநர்கள் ஒரு மோஷன் பிக்சர் லாப்பில் நடக்கும் வேலையை படப்பிடிப்பு தளத்திலேயே (Shooting spot) செய்கிறார்கள்.

படப்பிடிப்பின்போது மெமரி கார்டில் காட்சிகளை பதிவு செய்தபின் அதை கார்ட் ரீடரில் நுழைத்து அதன் கேபிள்கள் மூலம் முதலில் மடிக்கணினிக்கு காட்சிகளை நகலெடுக்க வேண்டும். பின்னர் மடிக்கணினியிலிருந்து அக்காட்சிகளை இரு ஹார்ட் டிஸ்க் ட்ரைவ்களுக்கு நகலெடுக்க வேண்டும். ஏனென்றால் ஒரு ஹார்ட் டிஸ்க்கில் ஏதாவது காட்சிகளில் தகவல்கள் அழிந்தாலும் மற்றொன்றில் பத்திரமாக இருக்கும்.

டேட்டா மானேஜ்மெண்ட் வேலை செய்பவர்கள் வெறும் காட்சிகளை நகலெடுப்பது மட்டுமின்றி அக்காட்சிகளைப்பற்றிய அடிப்படை குறிப்புகளையும் (நாள்/இடம்) கோப்புகளில் சேமித்து (Folders) அதற்கு பெயரிடுவார்கள்.

இன்று டிஜிட்டல் ஒளிப்பதிவில் ∴புல் ஹெச்.டி. 2கே, 4கே ஆகிய ரெசல்யூஷன்களில் காட்சிகளை பதிவு செய்வதால் ஹார்ட் டிஸ்க்கில் அது அதிக இடத்தை ஆக்கிரமித்துக் கொள்கிறது. இன்று படத்தொகுப்பு பணிக்கு உயர்ரக மென்பொருள் (Advanced editing software) பயன்படுத்துவதால் முழு ரெசல்யூஷனில் கூட படத்தொகுப்பு பணியை செய்ய முடியும். ஆனால் படத்தொகுப்பாளர் ஒரே நேரத்தில் பல திரைப்படங்களை எடிட் செய்வதால் ஒவ்வொரு படத்திற்காகவும் அவரது கணினியில் கொள்ளளவு மிக அதிகமாக தேவைப்படும். அதனால் இன்று பல படத்தொகுப்பாளர்கள் சுருக்கமான வடிவத்திலேயே (Compressed resolution) காட்சிகளை படத்தொகுப்பு செய்ய கேட்கிறார்கள்.

அதனால் டேட்டா மானேஜ்மெண்ட் தொழில்நுட்ப கலைஞர்கள் காமிராவில் பதிவு செய்யப்பட்ட காட்சிகளை நகலெடுப்பது போக படத்தொகுப்பு பணியின் தேவைக்கேற்ப சுருக்கமான வடிவத்தில் (Low resolution) மாற்றி அமைத்து தருகிறார்கள்.

ஒருவேளை ஹார்ட் டிஸ்க்கில் பதிவு செய்யப்பட்ட காட்சித்தகவல்கள் அழிந்து போனாலோ (Hard disk data crash) அல்லது அக்காட்சிகள் சரியாக பின் தயாரிப்பு பணியின்போது "ப்ளே பேக்" ஆகவில்லை என்றாலோ இவர்களின் தொழில்நுட்ப உதவி மிக முக்கியமாகிறது.

பின்னர் இவர்கள் "டேட்டா ரெகவரி மென்பொருள்" (Data recovery software) மூலம் அழிந்துபோன காட்சிகளை மீட்டெடுப்பார்கள்.

பகுதி - 14

திரைப்பட படத்தொகுப்பு

பகுதி - 14

# திரைப்பட படத்தொகுப்பு

## (Film Editing)

திரைப்பட படத்தொகுப்பு பணி இரண்டு வகையாக பிரிக்கப்படுகிறது. ஒன்று லீனியர் (Linear), மற்றொன்று “நான்-லீனியர்” (Non-linear). டிஜிட்டல் முறையில் எடிட் செய்வதற்கு “நான்-லீனியர்” படத்தொகுப்பு முறை பயன்படுத்தப்படுகிறது.

படத் தொகுப்பு பணிக்கு இன்று ஆவிட் (Avid), ∴பைனல் கட் ப்ரோ (Final cut pro), அடோப் ப்ரீமியர் ப்ரோ (Adobe premier pro) ஆகிய படத்தொகுப்பு மென் பொருட்கள் (Editing software) பயன்பாட்டில் உள்ளன.

இந்திய திரைப்பட துறையில் ஆவிட் மீடியா கம்போசர் 6 (avid media composer 6) மற்றும் ∴பைனல் கட் ப்ரோ 7 (Final cut pro 7) ஆகியவை டிஜிட்டலில் எடிட் செய்வதற்கு அதிகம் பயன்படுத்தப்படும் படத்தொகுப்பு மென்பொருளாகும்.

இதில் ஆவிட் மீடியா கம்போசர் 6, மேக் (Mac) மற்றும் விண்டோஸில் (Windows) செயல்படும் கணினி இரண்டிலுமே பயன்படுத்தலாம். ஆனால் ∴பைனல் கட் ப்ரோ, மேக் (Mac) கொண்டு செயல்படும் கணினியில் மட்டுமே பயன்படுத்த முடியும்.

∴பைனல் கட் ப்ரோ வின் சமீபத்திய மென்பொருள் வடிவம் - ∴பைனல் கட் ப்ரோ எக்ஸ். 10 (Final cut pro x 10) ஆகும்.

படத்தொகுப்பு பணி துவங்குவதற்கு முன் படமாக்கப்பட்ட காட்சிகளை படத்தொகுப்பிற்கு ஏற்றவாறு கன்வெர்ட்டர் (Converter) மூலமாக மாற்ற வேண்டும்.

சமீப காலங்களில் டிஜிட்டல் சினிமா காமிராக்கள் ஒன்றன்பின் ஒன்றாக அறிமுகமாகிக்கொண்டே இருக்கின்றன. அதுபோலவே படமாக்கும் காட்சி தகவல்களும் (Files) நிறைய வடிவங்களில் இருக்கின்றன.

உதாரணம் - ஆர் 3டி (R3D), எம்.ஓ.வி.(mov), எம்.எக்ஸ்.எ.∴ப்.(mxf), எம்.பி.4(mp4)...இப்படி ஒவ்வொன்றிற்கும் ஏற்ப கன்வெர்ட்டர்கள் உள்ளன.

ரெட் காமிரா கொண்டு பதிவு செய்யப்பட்ட காட்சிகள் ஆர்.3டி (R3D), ∴பைல்களாக இருக்கும். ஆவிட் வகை கணினி என்றால் "ரெட் சினி எக்ஸ் ப்ரொ.∴பெஷனல்" (Red cine x professional) கன்வெர்ட்டர் மூலமாக டி.என்.எக்ஸ்.ஹெச்.டி. (dnxhd) க்கு மாற்ற வேண்டும்.

∴பைனல் கட் ப்ரோ வகை கணினி என்றால் ஆப்பிள் ப்ரோ ரெஸ் 422 (apple pro res 422) க்கு மாற்ற வேண்டும்.

இதை ப்ராக்ஸி (proxy) என்பார்கள். அதாவது முழு திறனில் (full resolution) படமாக்கிய காட்சிகளை கன்வெர்ட்டர் (converter) மூலமாக குறைந்த ரெசல்யூசனில் மாற்றம் செய்வதே.

இந்த மாற்றம் (conversion) நிகழும்போது கணினியில் 24 ∴ப்ரேம்களுக்கும் / டி.வி. வகைக்கு (DV format) உட்படுத்துவார்கள்.

மொத்த காட்சிகளின் ப்ராக்ஸிகள் படத்தொகுப்பு வேலை

துவங்கும் "டைம் லைனில்" (Time line) வைத்து ஆரம்பிக்கப்படும்.

ஆவிட் மற்றும் ∴பைனல் கட் ப்ரோ படத்தொகுப்பு மென்பொருளில் பல வகையான "எடிட்டிங் டூல்ஸ்" (Editing tools) உள்ளன. ரேஸர் (Razor), க்ராப் டூல்ஸ் (Crop tools), ஜூம் இன்/ஜூம் அவுட் (Zoom in/out), கட் (Cut), டிஸால்வ் (Dissolve), வைப் (Wipe), ∴பேட் இன்/ ∴பேட் அவுட் (Fade in/out) ஆகியவை படத்தொகுப்பு டைம் லைனில் அதிகம் பயன்படுத்தப்படும் சாதனங்கள்.

இன்று நாளுக்கு நாள் படத்தொகுப்பு முறையில் நவீனமான சொருகு பயன்பாட்டு மென்பொருட்கள் (Plug ins) அறிமுகமாகிக் கொண்டே உள்ளன.

உதாரணம் :

ஆவிட் வகைக்கு

- போரிஸ் எ.∴ப்.எக்ஸ். (Boris FX)
- ப்ளு எ.∴ப். எக்ஸ். (Blue FX)
- ரெட் ஜெயண்ட்ஸ் (Red Giants)....!

∴பைனல் கட் ப்ரோ வகைக்கு,

- போரிஸ் காண்டியம் கம்ப்ளீட் (Boris contium complete)
- ஜென் ஆர்ட்ஸ் (Gen Arts)
- ப்ளு எ.∴ப். எக்ஸ். (Blue FX)
- ரெட் ஜெயண்ட்ஸ் (Red Giants)....!

இன்று மேலே குறிப்பிட்ட பல சொருகு பயன்பாட்டு (Plug ins) மென்பொருட்கள் மூலம் படத்தொகுப்பில் "காமிரா எபெக்ட்ஸ்" (Camera effects) காட்சிகளை ஜூம் செய்வது, ∴ப்ரேம்களின் வேகத்தை கூட்டுவது/குறைப்பது ஆகிய பல வேலைகள் செய்யலாம்.

இயக்குநருடன் சேர்ந்து படத்தொகுப்பாளர் படத்தின் இறுதி படத்தொகுப்பு (Final cut) பணியை முடித்த பிறகு, எடிட்டிங் டைம் லைனிலிருந்து "எடிட் டெஸிஷன் லிஸ்ட்" (Edit decision list) எடுக்கப்படுகிறது. இதை இ.டி.எல். (EDL) என்பார்கள்.

இ.டி.எல். லில் அந்த திரைப்படத்தின் அனைத்து படத்தொகுப்பு முறையின் தகவல்கள் அடங்கியிருக்கும்.

இந்த இ.டி.எல். லிஸ்ட் மற்றும் மாதிரி விடியோ (Reference video) காட்சிகள் நிறத்தேர்வு மையத்திற்கு கொடுக்கப்படும்.

நிறத்தேர்வு மையத்தில் இ.டி.எல். உதவியுடன் முழு திறனில் உள்ள மொத்த திரைப்படத்தின் காட்சிகள் ஹார்ட் டிஸ்க்கிலிருந்து எடுக்கப்பட்டு படத்தொகுப்பு வரிசைப்படி நிறத்தேர்வு பணி தொடங்கும். இந்தப் பணி நடந்து முடிந்த பிறகு நிறத்தேர்வு செய்யப்பட்ட காட்சிகள் படத்தொகுப்பு வரிசைப்படி உள்ளதா என்று ஆராய படத்தொகுப்பாளர் பார்வைக்கு அனுப்பப்படும்.

படத்தொகுப்பாளர் இ.டி.எல். சரியாக உள்ளதா என்று ஒப்பிட்டுப் பார்த்த பிறகுதான் நிறத்தேர்வு மையத்திலிருந்து ஃபிலிம் மாஸ்டரிங் செய்வதற்கு அனுப்பப்படும்.

டிஜிட்டல் ஒளிப்பதிவின் சாதகமான அம்சம் படம் எடுக்கும்போதே பதிவு செய்த காட்சிகளைப் பார்க்க முடிவது மட்டுமல்ல. அவற்றை அங்கேயே அப்போதைக்கப்போதே எடிட் செய்யவும் முடியும் என்பதே. "ஸ்பாட் எடிட்டிங்" (Spot editing) என்ற இந்த முறை தற்போது மிகவும் பிரபலமடைந்து வருகிறது.

## ரீல் பீப் (Reel Beep)

திரைப்படத்தின் கலைரீதியான படத்தொகுப்பு பணி நிறைவேறியவுடன் (Final cut) பின் தயாரிப்பு பணிகளுக்கு டப்பிங், ஒளிக்கலவை, நிறத்தேர்வு ஆகியவற்றிற்கு படத்தொகுப்பு மையத்திலிருந்து எடிட் செய்யப்பட்ட விடியோ காட்சிகளை அனுப்பவேண்டும். அப்படி அனுப்பப்படும் விடியோ காட்சிகளில் "ரீல் பீப்" வைத்தே தருவார்கள்.

மொத்த திரைப்படத்தின் காட்சிகளை எடிட் செய்தபின் படத்தொகுப்பாளர் அவற்றை ரீல்களாக (Reel) பிரிப்பார்.

அந்த ரீல் முன்னரும் பின்னரும் ஒரு அடையாளமாக "ரீல் பீப் " (Reel beep) வைப்பார்கள்.

உதாரணம் :

ரீல் ஒன்று என்றால் - "ரீல் ஒன் பீப் ஆரம்பம்" (Reel one beep beginning) என்றும், முடிவில் "ரீல் ஒன் பீப் முடிவு" (Reel one beep end) என்றும் குறிப்பிடுவார்கள்.

இந்த ரீல் பீப் அடையாளம் படத்தொகுப்பாளர் நிர்ணயித்தபடி - பின் தயாரிப்பு (Post production) பணிகளை சரியான ஃப்ரேமிலிருந்து ஆரம்பிக்கவும் முடிக்கவும் உதவுகிறது.

★★★

பகுதி - 15

டிஜிட்டல் நிறத்தேர்வு

# பகுதி - 15

# டிஜிட்டல் நிறத்தேர்வு

# (Digital Intermediate)

திரைப்படத்தின் இறுதி படத்தொகுப்பு முடிந்த பின்னர் ஒளிப்பதிவாளர் "நிறத்தேர்வு" பணிக்கு அழைக்கப்படுவார்.

ஒரு திரைப்பட உருவாக்கம் என்றால் அதன் படப்பிடிப்பு பல தட்பவெப்ப நிலைகளிலும், பல நாட்களும் நடக்கும். அதனால் ஒளிப்பதிவாளர் காட்சிகளை படமாக்கும்போது நிறத்தேர்வை மனதில் வைத்தே காட்சிகளை பதிவு செய்வார். குறிப்பாக டிஜிட்டல் ஒளிப்பதிவில் படமாக்கப்படும் ஹெச்.டி. 2கே, 4கே, 5கே, 6கே ரெசல்யூஷன் காட்சிகள் நிறத்தேர்வு மையத்தில் அதனுடைய முழு நிறத்தன்மை அடையுமாறு வடிவமைக்கப்பட்டுள்ளது.

திரைப்படத்தின் "நிறத்தேர்வு" பணியில் முக்கியமானவர் கலரிஸ்ட் (colorist). அவருடன் கன்.ஃபார்மிஸ்ட் (confirmist), கிரா.ஃபிக்ஸ் நிபுணர்கள் (C.G.technicians), டி.ஐ. படத்தொகுப்பாளர்கள் (DI editors) என்று ஒரு குழுவே பணியாற்றுகிறது.

இவர்கள் அனைவரது முக்கிய குறிக்கோள் "ஒளிப்பதிவாளரின்" ரசனைக்கு ஏற்றவாறு அவர்களுடைய தொழில்நுட்ப திறனை அளிப்பதே.

டிஜிட்டல் நிறத்தேர்வு பணியை ஆரம்பிக்க முதலில் திரைப்படத்தின் மொத்த காட்சிகள் அடங்கிய ஹார்ட் டிஸ்க்குகளையும், படத்தொகுப்பாளர் கொடுக்கும் இ.டி.எல். (EDL) மற்றும் எடிட் செய்யப்பட்ட மாதிரி விடியோ காட்சிகள் (Reference edit video) ஆகியவற்றை "நிறத்தேர்வு" மையத்தில் கொடுக்க வேண்டும். கூடவே புதிய 2 டி.பி. (2TB) யு.எஸ்.பி.3.0 (USB 3.0) அல்லது இ.சாட்டா (E-Satta) வகை ஹார்ட் டிஸ்க்கை வாங்கி கொடுக்க வேண்டும்.

கன்.ஃபார்மிஸ்ட் (confirmist) படத்தொகுப்பாளரின் வரிசைப்படி இ.டி.எல். உதவியுடன் படத்தின் முழு ரெசல்யூஷனில் உள்ள காட்சிகளை வரிசைப்படுத்தி நிறத்தேர்வு அறையில் உள்ள கணினிக்கு அனுப்புவார்.

இந்த வேலை முடிய சுமார் நான்கு நாட்கள் முதல் ஒரு வாரம் வரை தேவைப்படும். அதன் பின்னரே ஒளிப்பதிவாளர் நிறத்தேர்வு

மையத்திற்கு அழைக்கப்படுவார்.

## டி.ஐ. தொழில்நுட்பம் (DI Technology)

நிறத்தேர்வு அறையானது ஏறத்தாழ ஒரு மினி-தியேட்டர் (mini-theatre) போன்று வடிவமைக்கப்பட்டிருக்கும். இங்கே காட்சிகளைப் பார்த்து நிறத்தேர்வு செய்ய ப்ரிவ்யூ ப்ரொஜெக்டர் (preview projector) அல்லது ப்ரிவ்யூ மானிட்டர் (preview monitor) இருக்கும். பொதுவாக 2கே (2k) ப்ரொஜெக்டரை நிறத்தேர்வு மையத்தில் பயன்படுத்துகிறார்கள்.

## யூசர் இண்ட்டெர்ஃபேஸ் மானிட்டர் (user interface monitor)

காட்சிகள் மற்றும் நிறத்தேர்வு மென்பொருள் தகவல்கள் ஆகியவை இதன்மூலம் ஆபரேட் செய்யப்படும்.

## கலர் பேனல் (colour panel)

பல பொத்தான்கள் உள்ள தகடு கலர் பேனல் எனப்படும். நிறத்தேர்வு விருப்பங்களை (options) இந்த பேனல் மூலமாகத்தான் கலரிஸ்ட் தேர்வு செய்வார்.

## லுக் அப் டேபிள் (look up table)

நிறத்தேர்வு அறையில் உள்ள "ப்ரொஜெக்டர்" அல்லது

"மானிட்டர்" சரியாக நிர்மாணிக்கப்பட்டிருக்க (callibration) வேண்டும். அதற்கு சரியான "லட்" (lut) மென்பொருள் பயன்படுத்தப்பட வேண்டும்.

"லட்" என்று சொல்லப்படும் "லுக் அப் டேபிள்" (look up table) ஒவ்வொரு நிறத்தேர்வு மென்பொருளுடன் (colour grading software) வரும்.

இன்று 3டி லட் (3d lut) பயன்படுத்தப்படுகிறது. இதனுடைய முக்கிய பயன் நாம் நிறத்தேர்வு செய்யும் காட்சியானது கடைசியாக தியேட்டரில் எப்படி வடிவம் பெறுமோ அப்படி நாம் பார்க்க உதவுகிறது.

இன்று பல "நிறத்தேர்வு மென்பொருட்கள்" பயன்பாட்டில் உள்ளன. அவற்றில் பிரபலமானவை :

லஸ்டர் 2014 (Lustre 2014)

ஸ்க்ரேட்ச் (Scratch)

பேஸ் லைட் 2.0/4.0 (Base light 2.0/4.0)

டாவின்சி ரிசால்வ் (Davinci resolve)

க்வாண்டல் (Quantal)

க்வாண்டல் (Quantal)

ஸ்க்ரேட்ச் (Scratch)

டாவின்சி ரிசால்வ் (Davinci resolve)

பேஸ் லைட் 2.0/4.0 (Base light 2.0/4.0)

இவை அனைத்தும் சிறந்த நிறத்தேர்வு மென்பொருட்களாகும். ஒவ்வொரு ஒளிப்பதிவாளர் மற்றும் கலரிஸ்டின் தனிப்பட்ட ரசனையை ஒட்டி இவற்றில் ஏதாவதொன்றை பயன்படுத்துவார்கள்.

## நிறத்தேர்வு முறை (Colour correction method)

முதலில் காட்சிகளின் "கன்.ஃபர்ம்" வேலை முடிந்த பிறகு, அக்காட்சிகள் நாம் படமாக்கிய அதே ரெசல்யூஷனில் நிறத்தேர்வு அறைக்கு கொடுக்கப்பட்டுள்ளதா என்று சரி பார்த்து விட்டு மூன்று நிலைகளில் இப்பணி செய்யப்படுகிறது. அவை :

அடிப்படை நிறத்தேர்வு (Basic colour correction)

இரண்டாம் நிலை நிறத்தேர்வு (Secondary colour correction)

ஃப்ரேமிங் (Framing)

## அடிப்படை நிறத்தேர்வு (Basic colour correction)

ஒளிப்பதிவாளர் பதிவு செய்த காட்சிகளின் ஒவ்வொரு ஷாட்டுக்கும் அடிப்படை நிறத்தன்மையை கலரிஸ்ட் கொடுப்பார். இதில் சீரான நிறத்தன்மையை கொடுக்க முதலில் சிவப்பு, பச்சை, நீலம் ஆகிய நிறக்கூற்றை கொண்டும், காண்ட்ராஸ்ட் (contrast), ப்ரைட்நெஸ் (brightness), நிழல் மற்றும் வெளிச்ச பகுதியையும் (shadows & highlights), மிட் டோன் (mid-tone, gamma) ஆகியவற்றை சீர்திருத்தி ஒரு கட்டமைப்புக்கு கொண்டு வருவார்கள்.

அதேபோல கிரா.ஃபிக்ஸ் செய்ய வேண்டிய காட்சிகளும், சண்டைக்காட்சிகளுக்காக பயன்படுத்தப்படும் கம்பிகளை (wire removal) நீக்கும் காட்சிகளுக்கும் முதலில் அடிப்படை நிறத்தேர்வு செய்த பின்னர் தான் அக்காட்சிகளின் கிரா.ஃபிக்ஸ் வேலை ஆரம்பிக்கப்படும்.

## இரண்டாம் நிலை நிறத்தேர்வு (Secondary colour correction)

அடிப்படை நிறத்தேர்வு முடிந்த பிறகு செய்யப்படும் இரண்டாம் நிலை நிறத்தேர்வு மிக முக்கியமானது.

இங்கே,

- நிழல் பகுதியில் டீடெயில் (detail) கொண்டுவருவது (shadow lift)
- கருநிறத்தன்மையை அதிகரிப்பது (black level enhancement)
- ஒளிர்தன்மையை அதிகரிப்பது (highlight gain luminance)
- அதன்பின் உயர்ரக மென்பொருள் சாதனங்களான (tools)
- ஷேப் (shape)
- மேட்டி (matte)
- மாஸ்க் (mask)
- ஹியூ ஷிப்ஃட் (hue shift)
- கர்வ் க்ரேட் (curve grade)

மேற்கண்டவற்றை உபயோகித்து ஃப்ரேமில் எந்த பகுதிக்கும் வேறுபட்ட நிறத்தன்மையை அடையலாம்.

உதாரணம் :

வானத்தை நல்ல நீல நிறமாக்கலாம்.

பச்சை இலைகளை ஆரஞ்சு நிற இலைகளாக மாற்றலாம்.

ஒரு பகுதி வண்ணமாகவும் மற்றொரு பகுதியை கருப்பு வெள்ளையாகவும் மாற்றலாம். இப்படி நம் கற்பனைக்கேற்றவாறு பல நிறத்தன்மை அடையலாம்.

அதோடு குறிப்பிட்ட பகுதியை தேர்ந்தெடுத்து வெளிச்சத்தை குறைக்கலாம்/அதிகரிக்கலாம்.

டிஜிட்டல் ∴பில்ட்ரேஷன் (Digital filtration) மூலம் ஒரு காட்சியை மென்மையாக்குவது (Soft effect), துல்லியமாக்குவது (Sharpen).

மோஷன் ட்ராக்கிங் (Motion tracking) மூலம் காமிரா நகர்வுகளால் அசையும் குறிப்பிட்ட பகுதியை தொடர்ந்து (Tracking) நிறத்தன்மையை நிர்ணயிப்பது.

குறிப்பிட்ட டோன் கதைக்கேற்றவாறு செ.∴பியா (Sepia), ஆரஞ்ச் (Orange warm), நீலம் (Blue) இப்படி பல்வேறு நிறத்தன்மையை இரண்டாம் நிலை நிறத்தேர்வு மூலம் அடையலாம்.

டே ∴பார் நைட் (Day for night), பகலில் படமாக்கி இரவு போல நிறத்தன்மையின் மூலம் அடைவது.

இரண்டாம் நிலை நிறத்தேர்வு முடியும் தருவாயில் கிரா.∴பிக்ஸ் பணி செய்த காட்சிகள் நிறைவடைந்து, கம்பிகள் நீக்கம் செய்யப்பட்ட காட்சிகளும் நிறத்தேர்வு அறைக்கு வரும். அக்காட்சிகளுக்கான இறுதி நிறத்தேர்வு மற்ற காட்சிகளோடு ஒப்பிட்டு பார்த்து செய்யப்படும்.

## ∴ப்ரேமிங் (Framing)

நாம் பதிவு செய்த காட்சிகள் நிறத்தேர்வு மையத்தில் திரையிடல் வகையான “சினிமாஸ்கோப்” முறைக்கு உட்படுத்தும்போது ∴ப்ரேமில் மேல் பகுதியையும்/கீழ்ப்பகுதியையும் கொஞ்சம் இழக்க நேரிடும்.

அதனை முன்னிட்டு ஒளிப்பதிவாளர் கலரிஸ்ட் உதவியுடன் தனக்கு எந்த பகுதி இழப்பின்றி வேண்டும் என்று தீர்மானித்து மேலே அல்லது கீழே சட்டகத்தை நகர்த்தி முடிவு செய்வார்.

ஒவ்வொரு காட்சிக்கும் முழுமையான நிறத்தேர்வு பணி முடிந்த பிறகு படத்தொகுப்பு முறையில் பயன்படுத்திய எபெ.ஃக்ட்ஸ் (Effects), கிரா.ஃபிக்ஸ் (Graphics), டைட்டில்ஸ் (Titles) ஆகியவற்றை இணைத்து “ரெண்டரிங்” (Rendering) செய்யப்படும்.

பின்னர் நிறத்தேர்வு செய்த காட்சிகள் சரியான வரிசைப்படி உள்ளதா என்று படத்தொகுப்பாளர் ஆராய்வார். பிறகு மொத்த திரைப்படத்தின் காட்சிகள் சரியான நிறத்தேர்வு குறிப்புகளுடன் 2கே ரெசல்யூஷனில் டி.பி.எக்ஸ். (DPX) ஃபைல்களாக மாற்றி ஹார்ட் டிஸ்க்கில் நகலெடுத்து (copying) ஃபிலிம் மாஸ்டரிங் செய்ய நிறத்தேர்வு மையத்திலிருந்து கொடுப்பார்கள்.

டி.ஐ. என்று அழைக்கப்படும் “நிறத்தேர்வு” பணியானது திரைப்படத் தயாரிப்பின் இறுதிக்கட்டத்தில் நடைபெறும். இதனால் தயாரிப்பு தரப்பிலிருந்து இசை வெளியீடு, திரைப்பட விநியோகம், படத்தை திரையரங்கங்களில் வெளியிட வேண்டிய காரணங்களுக்காக இந்த வேலையை விரைந்து முடிக்க நிர்ப்பந்திப்பார்கள்.

ஒளிப்பதிவாளருக்கு தரமான பங்களிப்பையும், இந்த வேலை சரியான திசையில் செல்கிறதா, நிறத்தேர்வு பணி நிறைவடையும் தருவாயில் கிரா.ஃபிக்ஸ், டைட்டில்ஸ், எடிட்டிங் எபெக்ட்ஸ் முடிந்து விட்டதா என்று தொடர்ந்து கண்காணித்து நிறத்தேர்வு மையத்தில் “நிர்வாக இயக்குநர்” (Line producer) திறம்பட செயல்படுவார். திரைப்பட காட்சிகளின் ஹார்ட் டிஸ்க்குகள் அனைத்தின் பாதுகாப்பும் இவரது பொறுப்பாகும்.

நிறத்தேர்வு பணியை தினமும் எட்டு மணி நேரம் செய்வார்கள். ஒரு திரைப்படத்தின் தன்மையை பொருத்து சுமார் பதினைந்து நாட்களிலிருந்து முப்பது நாட்கள் வரை இப்பணி நடைபெறும்.

★★★

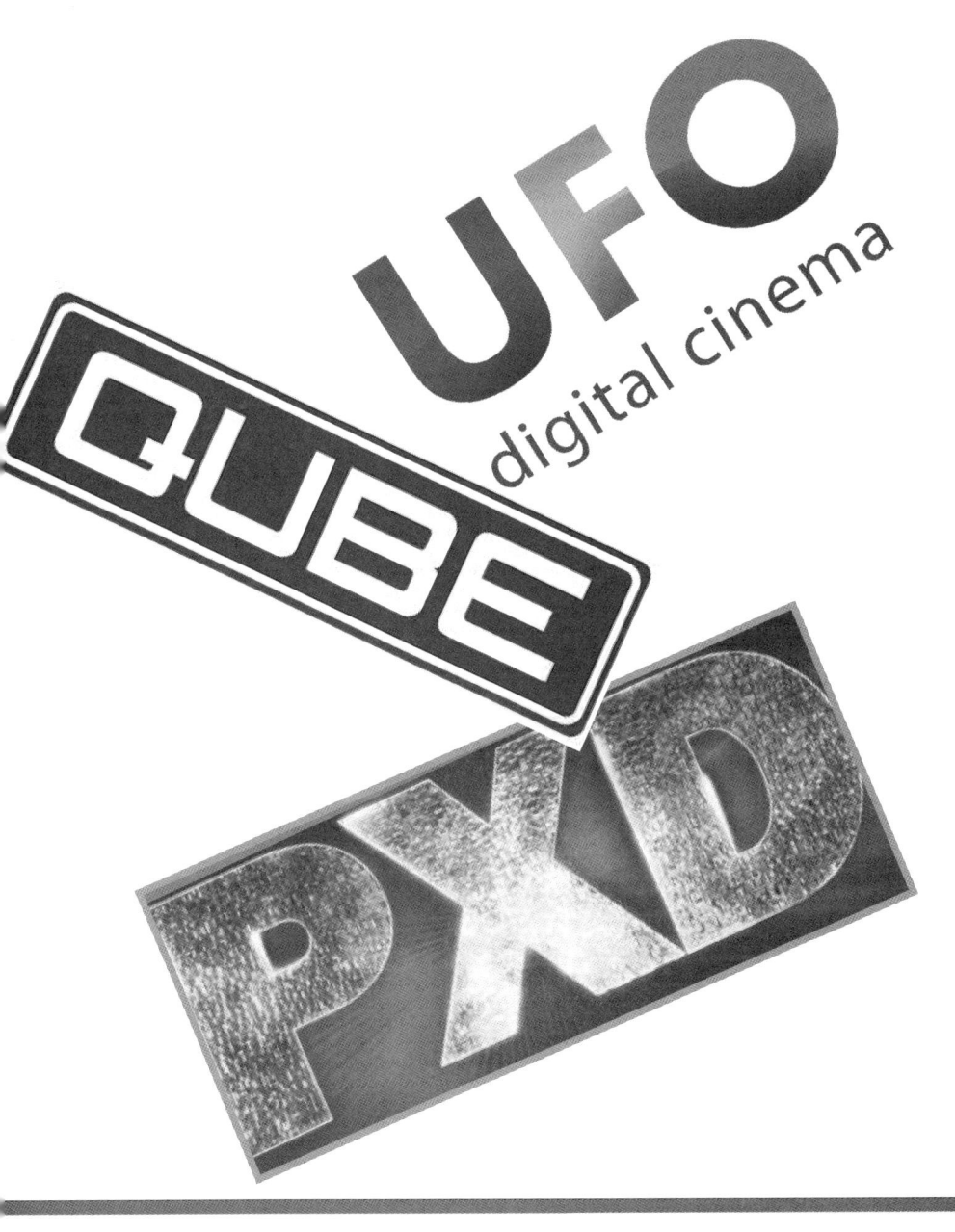

பகுதி - 16

டிஜிட்டல் ஃபிலிம் மாஸ்டரிங்

பகுதி - 16

டிஜிட்டல் ∴பிலிம் மாஸ்டரிங்

## Digital Film Mastering

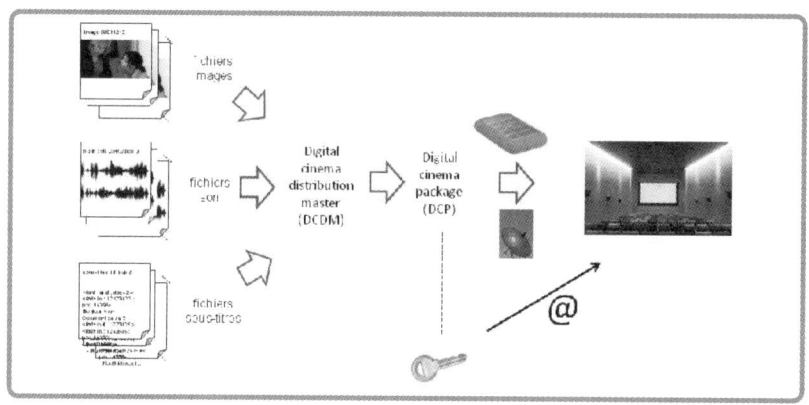

∴பிலிம் கொண்டு ஒளிப்பதிவு செய்யும் முறையில் கடைசியாக மோஷன் பிக்சர் லாப்பில் பிக்சர் நெகடிவ் ஒருங்கிணைத்து "பாஸிடிவ்" பிரிண்ட் போடப்படுவது "முதல் பிரதி" என்று அழைக்கப்படுகிறது.

டிஜிட்டல் ஒளிப்பதிவில் விடியோ மற்றும் ஆடியோ தகவல்களை ஒருங்கிணைத்து "மாஸ்டரிங்" (mastering) செய்யப்படுகிறது.

இந்த மாஸ்டரிங் செய்வதை "டிஜிட்டல் சினிமா பேக்கேஜ்" (digital cinema package) என்று அழைக்கப்படுகிறது.

டி.சி.பி. (D.C.P) என்னும் டிஜிட்டல் சினிமா பேக்கேஜ் மாஸ்டரிங்கானது திரையரங்குகளில் ஒளி-ஒலி காட்சிகளாக பார்க்க டி-சினிமா (D-Cinema) தரக்கோட்பாட்டுக்கு ஏற்ப செய்யப்படுகிறது.

ஒரு திரைப்படத்தின் அனைத்து பின் தயாரிப்பு பணிகளும் முடிவடைந்த பிறகு நிறத்தேர்வு மையத்திலிருந்து டி.ஐ. தகவல்கள் அடங்கிய ஹார்ட் டிஸ்க்குகளிலிருந்தும் மற்றும் ஆடியோகிரா∴பர் ஸ்டுடியோவிலிருந்து "ஒலி"க்கலவை (final mix audio) ∴பைல்களைக் கொண்டு "டிஜிட்டல் சினிமா டிஸ்ட்ரிப்யூஷன் மாஸ்டர்" (digital cinema distribution master) என்ற டி.சி.டி.எம். (DCDM) அமைப்பில் "ஒளி-ஒலி" தகவல்கள் மாஸ்டரிங் செய்யப்படுகிறது. அது மேலும் என்க்ரிப்ட்

(Encrypt) செய்யப்பட்டு சி.ஆர்.யூ. (CRU) ஹார்ட் டிஸ்க்கிலோ அல்லது யு.எஸ்.பி ப்ளாஷ் ட்ரைவிலோ (USB Flash drive) திரையரங்கங்களுக்கு கொடுக்கப்படும்.

திரையரங்கில் உள்ள டிஜிட்டல் சினிமா சர்வருடன் (digital cinema server) இணைத்து "பாஸ்வேர்ட்" எண்ணை குறிப்பிட்டு ப்ரொஜெக்டரின் மூலம் திரையில் படத்தை காணலாம்.

## டி.சி.டி.எம். மாஸ்டரிங் (DCDM Mastering)

நிறத்தேர்வு மையத்திலிருந்து வரும் 2கே 10 பிட் டி.பி.எக்ஸ். இமேஜ் ஃபைல்ஸ் (2k 10 bit DPX image files) தகவல்களை 12 அல்லது 16 பிட் டிஃப். (TIFF) ஃபைல்களாக மாற்றுகிறார்கள்.

ஒலியை பொறுத்தவரை 24 பிட் வேவ் (24 bit wav) ஃபைல்களாக ஒருங்கிணைக்கிறார்கள்.

இதை எந்தவித சுருக்கமுமில்லாமல் டி-சினிமா பேக்கேஜ் ஆக கொடுக்கப்படுகிறது.

பின்னர் மாஸ்டரிங் செய்யப்படும் நிறுவனங்களில் உள்ள திரையரங்கில் ஒளிப்பதிவாளர், படத்தொகுப்பாளர், இயக்குநர் மற்றும் படத்தில் முக்கிய பங்காற்றிய தொழில்நுட்ப கலைஞர்களுடன் சேர்ந்து "முழு திரைப்படம்" முதல் பிரதி காட்சியாக பார்க்கப்படுகிறது.

இந்தியாவில் க்யூப் (Qube), யூ.எஃப்.ஓ. (UFO), பி.எக்ஸ்.டி (P.X.D) ஸ்க்ராபிள் (Scrabble) ஆகியவை பிரபலமான டிஜிட்டல் சினிமா மாஸ்டரிங் தளங்கள்.

இந்தியாவில் தயாரிக்கப்படும் திரைப்படங்கள் மேலே குறிப்பிட்ட நான்கு இடங்களிலும் மாஸ்டரிங் செய்ய வேண்டும். அப்போதுதான் பரவலான திரையரங்குகளில் திரையிட முடியும்.

இன்றைய நிலவரப்படி தமிழ்நாட்டில் திரையரங்கங்களின் எண்ணிக்கை தோராயமாக :

க்யூப் வகை திரையரங்குகள் : 786
பி.எக்ஸ்.டி வகை திரையரங்குகள் : 71
யு.எஃப்.ஓ. வகை திரையரங்குகள் : 175

ஸ்க்ராபிள் வகை திரையரங்குகள் தற்போது பிரபலமாகி வருகிறது.

இவைகளில் டி-சினிமா மற்றும் இ-சினிமா என்ற தரத்தில் பிரிக்கப்பட்டுள்ளன. இ-சினிமா 1.3கே ரெசல்யூஷனிலும் டி-சினிமா 2 கே ரெசல்யூஷனிலும் திரையிடப்படுகின்றன. இன்னும் சில வருடங்களில் அனைத்து திரையரங்குகளும் டி-சினிமா வாகவே மாறும் சாத்தியங்கள் தெரிகிறது.

மாஸ்டரிங் செய்யப்பட்ட டிஜிட்டல் சினிமா வரையரைகள்
விடியோ : 24 ∴ப்ரேம்ஸ்/நொடிக்கு
சுருக்கம் (compression) : ஜெபெக் 2000 (JPEG 2000)
நிற அடையாளங்கள் (colour space) : எக்ஸ்.ஒய்.இசட். (xyz)
விடியோ ரெசல்யூஷன் : 2கே 1920 x 1080.
ஆடியோ : 24 பிட் (24 bit un compressed)
ஆடியோ சானல்கள் : 5.1

இன்று தமிழ்நாட்டில் 99 சதவிகிதம் டிஜிட்டல் சினிமா மூலமாகவே திரையரங்குகளில் திரையிடப்படுகிறது. ∴பிலிம் கொண்டு இயங்கும் முறை மிகவும் சொற்ப எண்ணிக்கையிலேயே உள்ளன.

∴பிலிம் ப்ரொஜெக்ஷனில் முதல் காட்சியிலிருக்கும் தரம் அடுத்த இருபது முப்பது நாட்களில் இருக்காது. கோடுகள் தெரிய ஆரம்பிக்கும். ஆனால் டிஜிட்டல் ப்ரொஜெக்ஷனில் காட்சிகள் பல நாட்களானாலும் அதே தரத்துடன் இருக்கும்.

∴பிலிம் மூலமாக திரையிட ஒரு பிரதிக்கு (print) குறைந்தபட்சம் 50,000 ரூபாய் தேவைப்படும். டிஜிட்டலில் திரையிட ஒரு திரையரங்குக்கு 10,000 ரூபாய்க்குள் முடிந்துவிடும்.

முறையான அனுமதியின்றி டிஜிட்டல் சினிமா திரையிட முடியாது. மாஸ்டரிங் செய்த பிறகு கே.டி.எம். (KDM - Key Delivery Message) என்ற கீ டெலிவரி செய்தி மூலம் திரைப்பட தகவல்கள் பாதுகாக்கப்படுகிறது. இதனால் தயாரிப்பாளருக்கு தெரியாமல் படத்தை எங்கும் திரையிட முடியாது. காட்சி ஆரம்பிக்கும் முன் சரியான ரகசிய எண் (password) கொடுத்தால் மட்டுமே சர்வரிலிருந்து ப்ரொஜெக்டரில் படத்தை திரையிட முடியும்.

பகுதி - 17

3-டி டிஜிட்டல் ஒளிப்பதிவு

## பகுதி - 17

## 3-டி டிஜிட்டல் ஒளிப்பதிவு

## (3-D Digital Cinematography)

டிஜிட்டல் சினிமாவின் நவீன அறிமுகம் 3-டி டிஜிட்டல் ஒளிப்பதிவு.

ஜேம்ஸ் கேமரூன் இயக்கிய “அவதார்” திரைப்படம் மீண்டும் 3-டி சினிமாவை மக்களிடம் கொண்டு சேர்த்தது.

இந்தப்படத்தின் மொத்த வசூலில் 81 சதவிகிதம் 3-டி முறையில் திரையிடப்பட்டதில் கிடைத்தது.

3-டி தொழில்நுட்பத்தில் மனிதனின் இரண்டு கண்கள் போல செயல்படுகிறது “இரண்டு லென்ஸ்"கள்”. அந்த இரண்டு லென்ஸ்களிலிருந்து இரு வேறு காட்சிகள் படமாக்கப்படுகின்றன. அதில் ஒன்று இடது கண்ணாகவும் மற்றொன்று வலது கண்ணாகவும் செயல்படுகிறது. இதனை அடிப்படையாகக் கொண்டு 3-டி காமிரா ரிக் (3-d camera rig) தயாரிக்கப்படுகிறது. 3-டி ஒளிப்பதிவிற்கு 5டி மார்க் II வகை காமிரா முதல் ரெட், சோனி எ.ஃப்-65, ஆரி அலெக்ஸா காமிராக்கள் வரை எது வேண்டுமானாலும் பயன்படுத்தலாம். அதற்கேற்ப 3டி ரிக்குகள் கிடைக்கின்றன.

### 3-டி காமிரா ரிக் (3-d camera rig)

இன்றைய 3-டி ரிக்கானது ஒளி சிதறும் (beam splitter) ஸ்டிரியோஸ்கோப்பி (stereoscopy) அடிப்படையில் உருவாக்கப்படுகிறது. அதில் இரண்டு காமிராக்களை இணைக்கும் வகையில் நுட்பமாக வடிவமைக்கப்படுகிறது.

ஒரு காமிரா கண் அலைவரிசையில் நேரடியாக (towards subject) அகலவாக்கில் (horizontal) பொருத்தப்படுகிறது. மற்றொரு காமிரா நீளவாக்கில் (vertical) முதல் காமிராவிற்கு கீழே அல்லது மேலே பொருத்தப்படும்.

இரண்டு காமிராக்களும் 1 மடங்கு (1 stop) எக்ஸ்போசர் இழப்புடன் காட்சிகளை பதிவு செய்வதற்கான காரணம் ரிக்கில் உள்ள

ஒளி சிதறும் கருவி. அதனால் எக்ஸ்போசர் கூடுதலாக ஆக ஒளி அளவை கூட்டி பதிவு செய்ய வேண்டும்.

இரண்டு காமிராக்களை ஒருங்கிணைக்கும் "கண்ணாடி" தேவையற்ற ஒளி புகாதவாறு ஒரு பெட்டிக்குள் வடிவமைக்கப்படுகிறது (mirror box system). பி.கே.7 (BK 7) ஆப்டிக்கல் கண்ணாடிகள் மிகவும் உயர்தரமானவை. இவை இரண்டு காமிராக்களில் இருந்துவரும் இரு வேறு காட்சிகளை ஒரே தரத்தில் வித்தியாசமின்றி பதிவு செய்ய உதவுகிறது.

"அவதார்" திரைப்படத்திற்கு இயக்குநர் ஜேம்ஸ் கேமரூன் மற்றும் வின்ஸ் பேஸ் (Vince Pace) ஃப்யூஷன் 3-டி ரிக் உருவாக்கி (Fusion 3-d rig) பயன்படுத்தினர். தற்போது ஸ்விஸ்-ரிக் (Swiss 3-d rig) மிகவும் பிரபலமாக உள்ளது.

தற்போது நாம் எடுக்கும் 2-டி படங்களையும் 3-டி படங்களாக மாற்றும் பின் தயாரிப்பு பணிகளும் பிரபலமடைந்து வருகிறது. இத்தொழில்நுட்ப பணி மூலம் ஒரு திரைப்பட உருவாக்கத்திற்கு குறைந்தது 8 மாத காலம் ஆகும்.

தமிழில் "சிவாஜி" திரைப்படத்தை பிரசாத் இ.எ.ஃப்.எக்ஸ். நிறுவனம் 2-டி யிலிருந்து 3-டி யாக மாற்றம் செய்து வெற்றி பெற்றனர்.

3-டி டிஜிட்டல் சினிமா தியேட்டர்களின் எண்ணிக்கையும் நாளுக்கு நாள் கூடிக்கொண்டே வருகிறது.

## கிராவிட்டி (GRAVITY)

3-டி திரைப்படத்தின் புதிய தொழில்நுட்ப சாதனை.

கிராவிட்டி படத்தில் பயன்படுத்தியிருக்கும் தொழில்நுட்பம் பிரத்தியேகமாக இப்படத்திற்காகவே உருவாக்கப்பட்டுள்ளது. ஏறத்தாழ நான்கு வருட உழைப்பில் உருவாகியிருக்கும் பிரமிப்பூட்டும் அனுபவம் இது.

அண்டவெளியில் விபத்துக்குள்ளான ஒரு விண்வெளிக் கப்பலில் இருக்கும் இரு விஞ்ஞானிகளின் உயிர்ப் போராட்டத்தை இயக்குநர்

அல்.ஃ.போன்ஸொ குரான் (Alfonso Cuaron), ஒளிப்பதிவளார் இம்மானுவேல் லுபெஸ்கி (Emmanuel Lubezki) இருவரும் இணைந்து நாம் இதுவரை கண்டிராத புத்தம் புதிய தொழிநுட்பத்தில் படமாக்கி, உலக சினிமா வல்லுநர்களை வியப்பில் ஆழ்த்தியுள்ளனர்!

கிராவிட்டி திரைப்படத்தில் இடம்பெறும் விண்வெளிக்காட்சிகளைப் படமாக்க புதிய ஒளியமைப்பு முறையைக் (Lighting Design) கையாண்டிருக்கிறார்கள்.

கதாபாத்திரங்கள் அண்டவெளியில் மிதப்பது மற்றும் அவர்களது உடல் அசைவுகளை படமாக்க பூட் & டாலி என்ற 500 கிலோ எடை கொண்ட கம்ப்யூட்டரால் இயங்கும் அதிநவீன ரோபோட் இயந்திரத்தை வடிவமைத்திருக்கிறார்கள். இதில் காமிராவைப் பொருத்தி ஒரே நேரத்தில் அதிவேகத்துடன் 7 திசைகளுக்கு சுழற்ற முடியும். இதை பலமுறை ஒரே விதமாகவும் இயக்க முடியும்.

வழக்கமாக திரைப்படங்களில் பச்சை நிறப்பின்னணியில் (Green Matte) படமாக்கி பின்னர் கம்ப்யூட்டர் யுக்தியுடன் பேக்கிரவுண்ட் விண்வெளியில் நடப்பதுபோல் செய்வார்கள்.

இந்தப்படத்தில் 20 அடி உயரமும் 20 அடி அகலமும் கொண்ட “வெளிச்ச அறை” (Light Box) யை உருவாக்கி, அதன் நடுவே நடிகர்களை வைத்து படமாக்கியுள்ளார்கள். அந்த வெளிச்ச அறையை

LED லைட்களால் உருவாக்கியுள்ளார்கள். ஏறத்தாழ 4000க்கும் மேற்பட்ட LED லைட்களில் 1,80,000 பல்புகள்! அதில் ஒவ்வொரு பல்பும் ஒரு பிக்சலாக கம்ப்யூட்டரால் கட்டுப்படுத்தப்படுகிறது.

நடிகர்கள் வெளிச்ச அறையின் நடுவே சுற்ற, ராட்சஸ திரைகளில் படத்தில் இடம்பெறும் பேக்கிரவுண்ட் உருவாக்கப்பட்டு வெளிச்சமும் அதற்கேற்றவாறு அந்தப் பின்னணியிலிருந்தே நடிகர்கள் மீது பாய்ச்சப்படுகிறது. நடிகர்கள் விண்வெளியில் மிதப்பது, சுழல்வது போன்ற உணர்வுகளை ஏற்படுத்த நடிகர்களுக்கு பதிலாக காமிரா சுழல்கிறது. அதேபோல வெளிச்ச மாறுதல்களும் அதற்கேற்ப புரோக்கிராம் செய்யப்படுகிறது.இப்படத்தை “ஆரி அலெக்சா” காமிராவில் படமாக்கியுள்ளார்கள்!

ஹாபிட் (Hobbit) 3-டி திரைப்படம் 48 ஃப்ரேம்கள்/நொடிக்கு.

“லார்ட் ஆஃப் தி ரிங்ஸ்” திரைப்படத்தை இயக்கிய இயக்குநர் பீட்டர் ஜாக்ஸன் ரெட் காமிராவை பயன்படுத்தி வழக்கத்திற்கு மாறாக ஹாபிட் திரைப்படத்தை 48 ஃப்ரேம்கள்/நொடிக்கு (48 frames/second) என்ற முறையில் பதிவு செய்து திரையிடலும் 48 ஃப்ரேம்கள்/நொடிக்கு என்ற முறையில் செய்தார். இது முற்றிலும் புதிய தொழில்நுட்பமாகும்.

வழக்கமாக 48 ஃப்ரேம்கள்/நொடிக்கு என்ற முறையில் பதிவு செய்து 24 ஃப்ரேம்கள்/நொடிக்கு என்ற முறையில் திரையிடும்போது அது ஸ்லோமோஷன் காட்சிகளாக நம் பார்வைக்கு தெரியும். ஆனால் ஹாபிட் திரைப்படம் 48 ஃப்ரேம்கள்/நொடிக்கு என்ற முறையில் பதிவு செய்து திரையிடலும் 48 ஃப்ரேம்கள்/நொடிக்கு செய்ததால் ஸ்லோமோஷன் காட்சிகள் போல் இருக்காது.

ஆனால் வழக்கமாக 24 ஃப்ரேம்கள்/நொடிக்கு முறையில் காட்சிபதிவும் / திரையிடலும் பார்த்து பழகிய நம் கண்களுக்கு 48 ஃப்ரேம்கள்/நொடிக்கு திரையிடலைப் பார்க்கும் போது எந்த இடையூறும் இல்லாமல் அது ஒரு புதிய அனுபவத்தை அளிக்கிறது.

இந்த 48 ஃப்ரேம்கள்/நொடிக்கு ப்ரொஜெக்ஷன் டிஜிட்டல் சினிமா திரையிடலில் மட்டுமே சாத்தியமாகிறது.

★★★

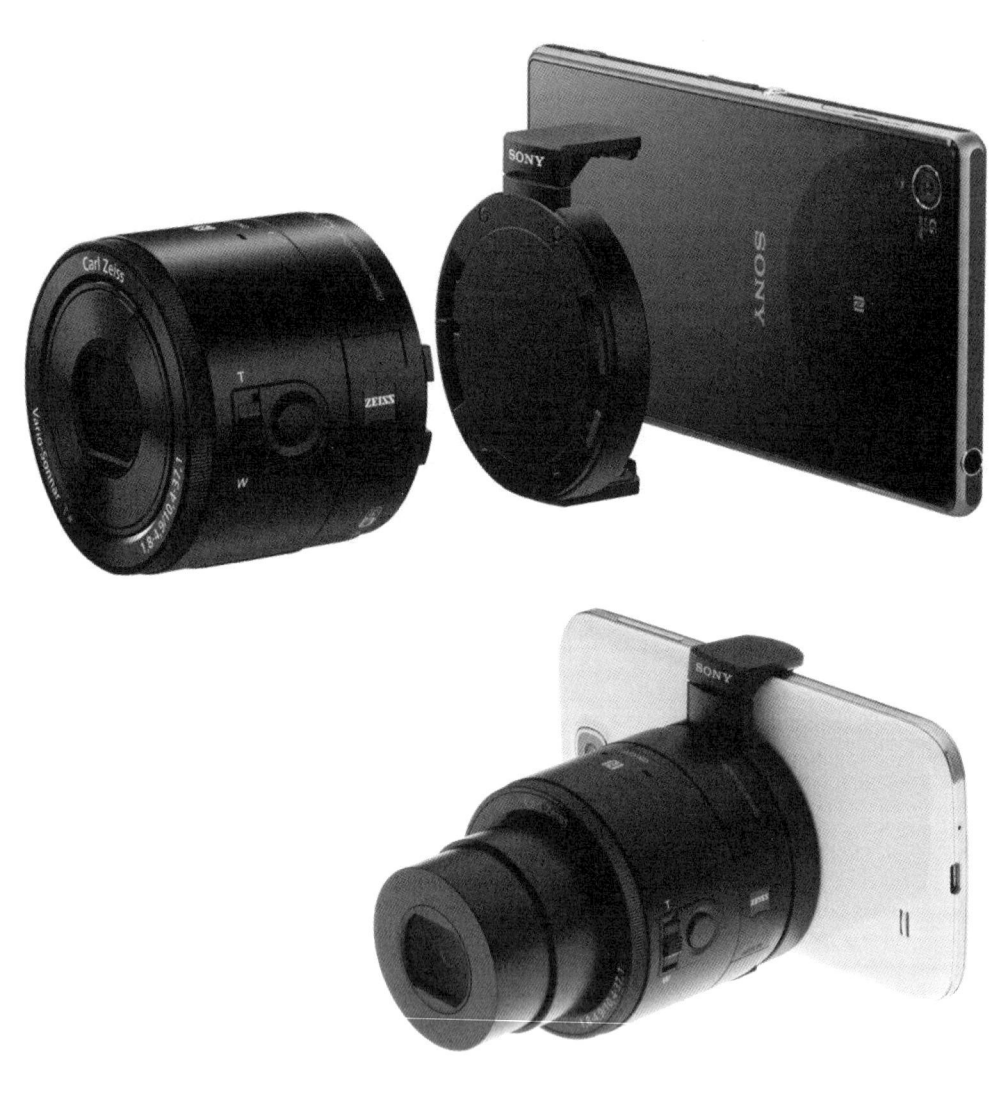

# பகுதி - 18

## லென்ஸ் காமிரா - செல்ஃபோன் ஒளிப்பதிவு

பகுதி - 18

## லென்ஸ் காமிரா - செல்.்.போன் ஒளிப்பதிவு

புதிய கண்டுபிடிப்புகள் புதிய கதவுகளை திறப்பது தொழில்நுட்ப வளர்ச்சியில் இன்றியமையாதது. அப்படி ஒரு புதிய தொழில்நுட்பம் தான் "சோனி" நிறுவனத்தின் "க்யூ.எக்ஸ்.100" & "க்யூ.எக்ஸ்.10" (qx100 & qx10) லென்ஸ். செல்.்.போனில் இந்த லென்சை பொருத்தி சிறந்த புகைப்படங்களையும் தரமான விடியோகாட்சிகளையும் பதிவு செய்யும் வாய்ப்பை இது அளித்துள்ளது.

### க்யூ.எக்ஸ்.100 (qx100)

இந்த அதி நவீன லென்சை எந்த ஆண்ட்ராய்ட் செல்.்.போனிலும் நேரடியாக இணைத்து காட்சிகளை பதிவு செய்யலாம். பொதுவாக நவீன செல்.்.போன்களில் உள்ள காமிராவைக் கொண்டு நேரடியாக பதிவு செய்யும் காட்சிகள் மிகவும் குறைந்த அளவு கொண்ட "சென்சார்" மூலம் படமாக்கப்படுவதால் குறைந்த ஒளியில் தரமான காட்சிகளை பதிவு செய்ய இயலாது.

க்யூ.எக்ஸ்.100 லென்ஸானது காமிராவில் உள்ள சென்சார் மற்றும் காட்சிகளை பதிவு செய்யும் தொழில்நுட்பங்கள் கொண்ட அமைப்புடன் வடிவமைக்கப்பட்டுள்ளது.

க்யூ.எக்ஸ்.100 லென்ஸ் - 1 இன்ச் எக்ஸ்மோர் சி.மோஸ் (Exmor cmos sensor) சென்சார் கொண்டுள்ளதால் குறைந்த ஒளியில் தரமான காட்சிபதிவு செய்யலாம். இந்த லென்சை எந்த நவீன செல்.்.போனுடன் பொருத்தினாலும் அது ஒரு டி.எஸ்.எல்.ஆர். காமிராவாகவே செயல்படும்.

க்யூ.எக்ஸ்.100 லென்ஸ் செல்.ஃ.போன் தொழில்நுட்பத்தால் மிகவும் பரபரப்பான சாலையிலும், குறுகிய இடங்களிலும் கூட லென்ஸை தனியாக கழற்றிவிட்டு அதை தேவையான இடத்தில் பொருத்தி சற்று தூரத்திலிருந்தே செல்.ஃ.போன் வை ஃ.பை (Wi-Fi) மூலம் காட்சிகளை பதிவு செய்யலாம்.

உதாரணம் : மரத்தின் மீதோ, ஜன்னல் கம்பிகளுக்கிடையிலோ அல்லது காமிரா நுழைய சிரமமான எந்த இடத்திலும் சிறிய அளவிலான இந்த லென்ஸை பொருத்தி இந்த முறையில் காட்சி பதிவு செய்யலாம்.

ஸ்போர்ட்ஸ் மற்றும் ஆக்ஷன் ஃ.போட்டோகிரா.ஃ.பியில் இந்த தொழில்நுட்ப முறை மிகவும் பயன்படும்.

லென்ஸ் - 28 எம்.எம். லிருந்து 100 எம்.எம். வரை ஜூம் உள்ளது.

இவ்வகை லென்ஸ்களை ஐ..ஃ.போன் (I Phone 4s & 5), சோனி எக்ஸ்பீரியா (Sony Experia Z1), சாம்சங் கேலக்ஸி (Samsung Galaxy) ஆகிய மாடல்களில் பொருத்தி காட்சிகளை பதிவு செய்வது பிரபலமாகி வருகிறது.

பதிவு செய்யப்பட்ட விடியோ காட்சிகளையோ, புகைபடத்தையோ ஃ.பேஸ்புக், ட்விட்டர், யூ-ட்யூப் போன்ற சமூக வலைதளங்களில் எளிதாக பதிவேற்றம் செய்யலாம்.

க்யூ.எக்ஸ்.10 என்ற மற்ற மாடல்களிலும் வருகிறது. க்யூ.எக்ஸ்.10 - சென்சார் அளவு 1/2.3 இன்ச்.

★★★

பகுதி - 19

இந்திய சினிமாவில் டிஜிட்டல் ஒளிப்பதிவு

பகுதி - 19

## இந்திய சினிமாவில் டிஜிட்டல் ஒளிப்பதிவு

இந்தியாவில் டிஜிட்டல் திரைப்படத்திற்கான சாத்தியக்கூறுகள் அருள்மூர்த்தி (டிஜிட்டல் மேஜிக்) அவர்களின் தொழில்நுட்ப முயற்சியால் துவங்கப்பட்டது. இவரால் தயாரிக்கப்பட்ட "முத்தம்" (2002) திரைப்படம் சோனி டிஜி - பீட்டாகேம் (Sony DigiBeta Cam) காமிராவில் ஒளிப்பதிவு செய்யப்பட்டது. இயக்குநர் - எஸ்.ஏ.சந்திரசேகர், ஒளிப்பதிவாளர் செல்வா.

ஒளிப்பதிவாளர் பி.சி.ஸ்ரீராம் தனது இயக்கத்தில் உருவான "வானம் வசப்படும்" திரைப்படம் மூலம் 2004ம் ஆண்டு இந்தியாவில் டிஜிட்டல் ஒளிப்பதிவின் முக்கியமான அத்தியாயத்தை தொடங்கி வைத்தார்.

டிஜிட்டல் சினிமாவின் தொழில்நுட்ப எதிர்காலத்தை முன்னமே உணர்ந்த கமல்ஹாசன் 2005ம் ஆண்டு தனது இயக்கத்தில் "மும்பை எக்ஸ்பிரஸ்" படத்தை டிஜிட்டலில் உருவாக்கினார். படத்தின் ஒளிப்பதிவாளர் சித்தார்த்.

இயக்குநர் சேரனின் “தவமாய் தவமிருந்து” திரைப்படம் பானாசானிக் ஹெச்.டி. (Panasonic HD) காமிராவை பயன்படுத்தி எடுக்கப்பட்டது. டி.ஐ. முறையில் நிறத்தேர்வு செய்யப்பட்டு 2005ம் ஆண்டு வெளியாகி பரவலான கவனத்தை பெற்றது. ஒளிப்பதிவாளர் எம்.எஸ்.பிரபு.

2006ம் ஆண்டு இந்தியாவில் முதன்முதலாக “சாட்டிலைட்” மூலம் திரையரங்கில் திரையிடப்பட்டது மலையாள திரைப்படமான “மூனாமாத்ரோல்” (Moonnamathoral). (இயக்குநர் - வி.கே.பிரகாஷ், ஒளிப்பதிவு - எஸ்.லோகநாதன், ஷிபு சக்ரவர்த்தி).

2008ம் ஆண்டு அமெரிக்காவில் படமாக்கப்பட்ட டிஜிட்டல் திரைப்படங்களான “மெய்ப்பொருள்” (இயக்குநர் - நட்டிகுமார், ஒளிப்பதிவு - க்ரிஸ் எல்ரிட்ஜ்) மற்றும் முதன்முதலில் இந்தியாவில் ரெட் காமிராவை பயன்படுத்தி ஒளிப்பதிவு செய்யப்பட்ட படம் “அச்சமுண்டு அச்சமுண்டு” (இயக்குநர் - அருண் வைத்தியநாதன், ஒளிப்பதிவாளர் - க்ரிஸ் ஃப்ரெய்லிச்) ஆகிய படங்கள் குறிப்பிடத்தக்கவை.

டிஜிட்டல் ஒளிப்பதிவில் தீராத ஆர்வம் கொண்ட கமல்ஹாசன் 2009ம் ஆண்டு தயாரித்து நடித்த படமான “உன்னை போல் ஒருவன்” திரைப்படத்தின் தொழில்நுட்ப நேர்த்தி இந்திய சினிமாவை டிஜிட்டல் ஒளிப்பதிவு யுகத்திற்கு தயாராக்கியது. (இயக்குநர் - சக்ரி டொலேடி, ஒளிப்பதிவாளர் - மனோஜ் சோனி).

2009 ம் ஆண்டு வெளியான டிஜிட்டலில் தயாரிக்கப்பட்ட ஹிந்தி திரைப்படமான “கிஸ்மத் - ஏக் அனோகா மோட்”, 62 வது கான் திரைப்பட விழாவில் வியாபார பிரிவில் திரையிடப்பட்டது.

பாலிவுட் இயக்குநர் அனுராக் காஷ்யப் (Anurag Kashyap) 2011ம் ஆண்டு இயக்கிய “தட் கேர்ள் இன் யெல்லோ பூட்ஸ்” (That girl in yellow boots) கேனான் 5டி மார்க் II ஸ்டில் காமிரா மூலம் படமாக்கப்பட்ட முதல் இந்திய திரைப்படம். ஒளிப்பதிவு - ராஜீவ் ரவி.

2011ம் ஆண்டு கன்னடத்தில் சர்வதேச விருது பெற்ற "பால் பென்" (Ball Pen - இயக்குநர் ஷஷிகாந்த், ஒளிப்பதிவாளர் - சி.ஜெ.ராஜ்குமார்) திரைப்படமும், தமிழில் பெரும் பாராட்டைப் பெற்ற "வழக்கு எண் 18/9" (இயக்குநர் பாலாஜி சக்திவேல், ஒளிப்பதிவாளர் - விஜய் மில்டன்) திரைப்படமும் 5டி தொழில்நுட்பத்தை தத்தமது மொழிகளில் முதன் முதலாக பயன்படுத்திய திரைப்படங்கள்.

மது அம்பாட் ஒளிப்பதிவு செய்த "ஆதாமிண்டே மகன் அபு" (இயக்குநர் - சலீம் அகமத்) என்ற மலையாளத் திரைப்படம் சிறந்த ஒளிப்பதிவிற்கான தேசிய விருது பெற்ற முதல் டிஜிட்டல் திரைப்படம். இப்படம் ஆரி டி21 காமிராவை பயன்படுத்தி ஒளிப்பதிவு செய்யப்பட்டது.

- பிரசாத் இ.எஃப்.எக்ஸ். நிறுவனம்
- ரியல் இமேஜ் நிறுவனம்
- யூ.எஃப்.ஓ. நிறுவனம்

அருள்மூர்த்தி (டிஜிட்டல் மேஜிக்) ஆகியோர் ஆரம்பகட்டத்தில் இந்தியாவில் டிஜிட்டல் ஒளிப்பதிவின் தொழில்நுட்ப வளர்ச்சிக்கு உதவியதில் பெரும் பங்கு வகிப்பவர்கள்.

★ ★ ★

# முக்கிய டிஜிட்டல் திரைப்படங்கள்

பகுதி - 20

முக்கிய டிஜிட்டல் திரைப்படங்கள்

## பகுதி - 20

## முக்கிய டிஜிட்டல் திரைப்படங்கள்

| |
|---|
| தி இடியட்ஸ் (The Idiots) |
| தி செலிப்ரேஷன் (The Celebration) |
| தி புக் ஆஃப் லைஃப் (The Book of Life) |
| தி அனிவெர்சரி பார்ட்டி (The Anniversary Party) |
| 28 டேஸ் லேட்டர் (28 Days Later) |
| ஃபுல் ஃப்ரண்டல் (Full Frontal) |
| ஸ்டார் வார்ஸ்-அட்டாக் ஆஃப் க்ளோன்ஸ் (Star Wars - Attack of Clones) |
| அன்னோன் ப்ளெஷர்ஸ் (Unknown Pleasures) |
| ஒன்ஸ் அபான் எ டைம் இன் மெக்சிகோ (Once upon a time in Mexico) |
| டாக் வில்லே (Dog Ville) |
| தி வேர்ல்ட் (The World) |
| கோலேட்டரல் (Collateral) |
| சின் சிட்டி (Sin City) |
| மான்டர்லே (Manderlay) |
| பபிள் (Bubble) |
| ஸ்டார் வார்ஸ் எபிசோட் III (Star Wars Episode III) |
| ஸ்டில் லைஃப் (Still Life) |
| சூப்பர்மேன் ரிட்டர்ன்ஸ் (Superman Returns) |
| மியாமி வைஸ் (Miami Vice) |
| இன்லேண்ட் எம்பையர் (Inland Empire) |
| அபோகலிப்டோ (Apocalypto) |
| ஜோடியாக் (Zodiac) |

| |
|---|
| சோசியல் நெட்வொர்க் (Social Network) |
| சே 1 & 2 (Che 1 & 2) |
| ரேச்சல் கெட்டிங் மேரிட் (Rachel Getting Married) |
| ஸ்லம் டாக் மில்லியனர் (Slumdog Millionaire) |
| தி க்யூரியஸ் கேஸ் ஆஃப் பெஞ்சமின் பட்டன் (The Curious Case of Benjamin Button) |
| தி புக் ஆஃப் எலி (The Book of Eli) |
| ஏன்ட்டி க்ரைஸ்ட் (Anti Christ) |
| பப்ளிக் எனிமீஸ் (Public Enemies) |
| டிஸ்ட்ரிக்ட் 9 (District 9) |
| ஹோட்டல் (Hotel) |
| அவதார் (Avatar) |
| தி இன்ஃபார்மெண்ட் (The Informant) |
| தி கேர்ள் வித் தி டிராகன் டாட்டு (The girl with the Dragon Tattoo) |
| ஸ்பைடர்மேன் 2 (Spiderman 2) |
| பைரட்ஸ் ஆஃப் தி கரிபியன் 4 (Pirates of the Caribbean 4) |
| ஹாபிட் (Hobbit) |
| ஹியூகோ (Hugo) |
| க்ராவிட்டி (Gravity) |
| ப்ரொமிதியஸ் (Prometheus) |
| ஒப்லிவியன் (Oblivion) |
| தி க்ரேட் கேட்ஸ்பி (The Great Gatsby) |
| லைஃப் ஆஃப் பை (Life of Pi) |
| ஸ்கை ஃபால் (Sky Fall) |
| ஒன்ஸ் அபான் எ டைம் இன் அனடோலியா (Once upon a time in Anatolia) |
| ரஷ்யன் ஆர்க் (Russian Ark) |

| |
|---|
| ரஸ்ட் அண்ட் போன் (Rust and Bone) |
| டைம் கோட் (Timecode) |
| இன் டார்க்னெஸ் (In Darkness) |

## இந்திய படங்கள்

| |
|---|
| விஸ்வரூபம் (Vishwaroopam) தமிழ் |
| வழக்கு எண் 18/9 (Vazhakku en 18/9) தமிழ் |
| பீட்சா (Pizza) தமிழ் |
| அம்புலி 3டி (Ambuli) தமிழ் |
| மதுபானக்கடை (Madhubanakkadai) தமிழ் |
| தவமாய் தவமிருந்து (Thavamai Thavamirundhu) தமிழ் |
| சப்பா குரிசு (Chapa kurushu) மலையாளம் |
| ஆதாமிண்டே மகன் அபு (Adaminte makan abu) மலையாளம் |
| உருமி (Urumi) மலையாளம் |
| பால் பென் (Ball Pen) கன்னடம் |
| காண்டு (Gaandu) பெங்காலி |
| லன்ச் பாக்ஸ் (Lunchbox) ஹிந்தி |
| ஷிப் ஆஃப் தீஸிஸ் (Ship of Theseus) ஹிந்தி |
| க்ஷே (Kshay) ஹிந்தி |
| தட் கேர்ள் இன் யெல்லோ பூட்ஸ் (That girl in yellow boots) ஹிந்தி |

★ ★ ★

## பகுதி - 21

சினிமா க்ளவுட் கம்ப்யூட்டிங்

பகுதி - 21

## சினிமா க்ளவுட் கம்ப்யூட்டிங்

"க்ளவுட் கம்ப்யூட்டிங்" என்பது ஒரு அதிநவீன தகவல் சேமிப்பு முறையாகும். இது ஏற்கெனவே ஐ.டி. துறையில் இப்போது பரவலாக பயன்பாட்டில் உள்ளது. மிகப்பெரிய நிறுவனங்களின் அதிக கொள்ளளவு கொண்ட தகவல்களை (Data) பாதுகாப்பாக சேமிக்கவும் உலகில் எந்த இடத்திற்கும் அத்தகவல்களை அதிவேகமாக பரிமாறிக்கொள்ளவும் க்ளவுட் கம்ப்யூட்டிங் முறை உபயோகப்படுத்தப்படுகிறது.

இன்டர்நெட் மூலமாக சங்கிலி தொடர் வரிசை கொண்ட கம்ப்யூட்டர்களின் ராட்சத கொள்ளளவை மையமாக வைத்து இயக்கப்படும் "க்ளவுட் கம்ப்யூட்டிங்" முறையில் நம் கண்களுக்கு புலப்படாத ஒரு தளத்தில் தகவல்கள் சேமிக்கப்படுகின்றன. இந்த வசதியை சில உலக நிறுவனங்கள் அளிக்கின்றன.

ஒரு திரைப்பட உருவாக்கத்தில் இன்று அனைத்து பணிகளும் டிஜிட்டல் தொழில்நுட்பத்தால் செயல்படுகிறது. ஒரு திரைப்படத்திற்கான தகவல்கள் மிகவும் அதிக கொள்ளளவு கொண்டவையாகும். எனவே அதற்கான தகவல் சேமிப்பு மற்றும் பரிமாற்றத்திற்கான அடுத்த கட்ட வளர்ச்சியாக "சினிமா க்ளவுட் கம்ப்யூட்டிங்" (Cinema cloud computing) தற்போது உபயோகப்படுதப்படுகிறது.

"சினிமா க்ளவுட் கம்ப்யூட்டிங்" மூலம் அதிக கொள்ளளவு கொண்ட தகவல்களை மிகவும் எளிதாகவும் வேகமாகவும் உலகில்

எங்கிருந்தும் அனுப்பவோ பெறவோ முடியும். இதற்கான அடிப்படை தேவை கம்ப்யூட்டரும் இன்டர்நெட் இணைப்பும் மட்டுமே.

"சினிமா க்ளவுட் கம்ப்யூட்டிங்" முறையில் நாம் நேரில் பார்க்க முடியாத ஒரு மெய்நிகர் தளத்தில் (Virtual space) தகவல்கள் சேகரிக்கப்படுகின்றன. ஒரு திரைப்பட தயாரிப்பில் இந்நவீன தொழில்நுட்பத்தால் அந்த படத்தோடு சம்பந்தப்பட்டவர்கள் முறையான அனுமதியுடன் உலகில் எங்கிருந்து வேண்டுமானாலும் "க்ளவுட்" டில் உள்ள அத்திரைப்படத்தின் தகவல்களை கையாளலாம்.

உதாரணம்: ஒரு திரைப்படத்திற்காக ஆஸ்திரேலியாவில் ஒளிப்பதிவு செய்யப்படும் காட்சிகளை "க்ளவுட்" டில் செலுத்திவிட்டால் சென்னையில் உள்ள அப்படத்தின் படத்தொகுப்பாளர் க்ளவுடிலிருந்து பதிவிறக்கம் செய்து படத்தொகுப்பு செய்ய முடியும்.

சமீப காலமாகவே டிஜிட்டல் காமிராக்களின் தரம் உயர்ந்து வருவது போலவே அவற்றால் பதிவு செய்யப்படும் காட்சித்தகவல்களின் அளவும் கூடிக்கொண்டே வருகிறது. அதனால் "சினிமா க்ளவுட் கம்ப்யூட்டிங்" முறை மிகவும் பாதுகாப்பானது மட்டுமில்லாமல் வேகமாகவும் இயங்க உதவுகிறது.

வெளிநாடுகளில் பிரபலமடைந்து வரும் "சினிமா க்ளவுட் கம்ப்யூட்டிங்" முறை நிச்சயமாக 2014ம் ஆண்டுக்குள் இந்திய சினிமாவில் அறிமுகமாகிவிடும். இனி வரும் ஆண்டுகளில் திரையரங்குகளில் திரையிடல் முறையிலும் "சினிமா க்ளவுட் கம்ப்யூட்டிங்" மிக முக்கிய பங்காற்றும் என்று சினிமா தொழில்நுட்ப வல்லுநர்கள் கூறுகிறார்கள்.

"சினிமா க்ளவுட் கம்ப்யூட்டிங்" இந்தியாவில் பயன்பாட்டுக்கு வந்த பிறகு அது பற்றி ஆழமாகவும் அதன் கட்டுமானம் மற்றும் செயல்பாடு ஆகியவை பற்றியும் விரிவாக அலசுவோம்.